அமுத இலக்கியக
கதைகள்

கி. வா. ஜகந்நாதன்

நூலின் பெயர்: அமுத இலக்கியக் கதைகள்

ஆசிரியர்: கி. வா. ஜகந்நாதன்

மொழி: தமிழ்

முதல் பதிப்பு: 1968

பதிப்பித்த ஆண்டு: 2024

புத்தக வடிவம்: காகித அட்டை

நூலின் வகை: கதைகள்

நூலின் பிரிவு: கதைகள்

மொத்த பக்கங்கள்: 104

நூலின் அளவு: 6 * 9 அங்குலம்

Title: Amudha Ilakkiya Kadhaigal

Author: Ki. Va. Jagannathan

Language: Tamil

First Published on: 1968

Published on: 2024

Book Format: Paperback

Category: Stories

Subject: Stories

No. of pages: 104

Size: 6inch * 9inch

பொருளடக்கம்

முன்னுரை... 3
1. உழுபடையும் பொருபடையும்............... 4
2. போரும் நீரும்.. 9
3. யார் குற்றம்?... 17
4. மீண்ட குழந்தைகள்............................. 25
5. வாழைப் பாட்டு...................................... 34
6. சேதுபதியின் மோதிரம்........................ 41
7. பகதூர் தொண்டைமான்..................... 46
8. வாசலில் ஏடு.. 54
9. புலியை நாடிய வள்ளல்..................... 62
10. புதுத் தாலி... 68
11. தளவரிசை.. 75
12. வியத்தற்குரிய கொடை...................... 82
13. பாம்புக் குட்டி.. 90
14. அன்புப் பார்வை.................................... 98
கட்டுரைப் பயிற்சி....................................... 103

முன்னுரை

தமிழ் நாட்டில் பழங்கால முதற்கொண்டு வீரம் மிக்க மன்னர்கள் வாழ்ந்தார்கள்; வள்ளல்கள் விளங்கினர்கள். அவர்களுடைய புகழைப் புலவர்கள் பாடினர்கள். அந்தப் பாடல்கள் புலவர்களின் பெருமையையும், பாடப்பெற்ற பெருமக்களின் பெருமையையும் ஒருங்கே தெரிவிக்கின்றன. அந்தப் பாடல்களால் பல வீரர்களுடைய வரலாறுகள் தெரிகின்றன; பெரு மன்னர்களும் குறுநிலமன்னர்களும் செல்வர்களும் செய்த அரிய செயல்கள் விளங்குகின்றன.

சங்க காலத்து நூல்களில் ஒன்றாகிய புறநானூற்றில் இத்தகைய பெருமக்களின் வாழ்க்கை நிகழ்ச்சிகளைக் குறிப்பிக்கும் பாடல்கள் இருக்கின்றன. பிற்காலத்தில் எழுந்த தொண்டை மண்டல சதகம், கொங்குமண்டல சதகம், தமிழ் நாவலர் சரிதை முதலியவற்றில் பிற்காலப் பெருமக்களின் பெருமையைக் காட்டும் அரிய நிகழ்ச்சிகளைப்பற்றிய செய்திகள் கிடைக்கின்றன.

இத்தகைய இலக்கியங்களிலுள்ள பாடல்களை ஆதாரமாகக் கொண்டு பள்ளிச் சிறுவர்களுக்கும் விளங்கும் வண்ணம் எழுதிய கதைகள் இவை. உரையாடல்களும் வருணனைகளுமாக அமைத்துக் கதை வடிவத்திலே அந்த நிகழ்ச்சிகளை விரித்துக் காட்டியிருக்கிறேன்.

தமிழ் காட்டில் முன்பு வாழ்ந்திருந்த மன்னர்களின் வீரத்தையும் வள்ளன்மையையம், வேறு செல்வர்களின் கொடைச் சிறப்பையும். புலவர்களின் சிறப்பையும் மாணவர்கள் அறிவதற்கு இந்தக் கதைகள் துணையாக இருக்கும் என்று நம்புகிறேன்.

"காந்த மலை"
கல்யாண நகர் சென்னை-28

கி. வா. ஜகந்நாதன்
29-12-67

1. உழுபடையும் பொருபடையும்

"அரசன் மிகவும் நல்லவன். ஆனால் அமைச்சர்கள் நாட்டு நலனைக் கருதுபவர்களாக இல்லை. அவனுடைய அருள் உள்ளத்தை நாமெல்லாம் நன்கு அறிந்திருக்கிறோம். பஞ்சம் வந்த காலத்தில் அரச பண்டாரத்தில் பொன் கடன் பெற்றோம். நம்முடைய நிலங்களே வளப்படுத்தும்பொருட்டே அப்படிப் பெற்றோம், அந்தப் பஞ்சத்தின் விளைவு இன்னும் முற்றும் நீங்கினபாடில்லை. கடனைக் கொடுப்பதென்றால் நிலத்தையே கொடுத்துவிட வேண்டியதுதான்" என்று குடிகள் தம்முள் பேசிக்கொண்டார்கள்.

"அரசன் நேரிலே இவற்றைக் கவனித்தால் நலமாக இருக்கும். அமைச்சர்கள், 'இப்போது நிலம் விளைகிறது; கடனைத் தண்டலாம்' என்று சொல்லியிருக்கிறார்கள். அதனை உண்மையென்று கருதிய அரசன் கடனைத் தண்ட முயற்சி செய்கிறதாகத் தெரிகிறது" என்றும் பேசிக்கொண்டார்கள்.

கிள்ளிவளவன் என்ற சோழன் ஆட்சியிலே குடிமக்கள் நன்றாக வாழ்ந்து வந்தனர். இடையிலே மாரி பொய்த்துப்போய்ப் பஞ்சம் வரவே, நிலம் விளைவு ஒழிந்தது. குடிமக்கள் துன்பத்துக்கு ஆளாயினர். அப்போது அரசன் வேளாளர்களுக்குப் பொன் கடன் கொடுத்து வேளாண்மை செய்யச் செய்தான்.

அக்காலத்தில் உணவுப் பண்டங்களை விற்றுப் பணமாக மாற்றி வைத்துக்கொள்ளும் வழக்கம் இல்லை. நாணயத்திற்கு அதிகச் செலாவணி இராது. விளைந்த நெல்லைத் தமக்கும் அறத்துக்கும் பயன்படுத்திக்கொண்டனர் மக்கள். எஞ்சியதைக் கடனுக்காகக் கொடுக்கச் சோழ நாட்டுக் குடிமக்கள் எண்ணியிருந்தார்கள்.

சில அமைச்சர்களுடைய சொற்களைக் கேட்டுக்கொண்டு அந்தப் பழைய கடனை எப்படியாவது தண்டி விட வேண்டுமென்று மன்னன் நிச்சயித்தான். அப்படிச் செய்வதாக இருந்தால் மக்கள் பட்டினி கிடக்க நேரும். இயற்கையாகப் பஞ்சம் இல்லாவிட்டாலும் செயற்கைப் பஞ்சம் வந்துவிடும. அதனால் குடிமக்கள் அஞ்சினர்.

அரசனை அணுகித் தங்கள் நிலையை எடுத்து முறையிடலாம் என்றாலோ, அமைச்சரைக் கடந்து அவனைச் சேர்வது எளிதன்று.

இத்தகைய நிலையில் குடிமக்களுக்குச் சமய சஞ்சீவி போல நேர்பட்டார், ஒரு தமிழ்ப் புலவர். வெள்ளைக் குடி என்ற ஊரிலிருந்து அரசனைப் பார்த்துவிட்டுப் போகலாமென்று வந்தார் அவர். அவருக்கு நாகனார் என்று பெயர். அவரிடம் குடிமக்கள் தங்கள் நிலையை எடுத்துச் சொன்னார்கள். "எப்படியாவது இதை அரசர் செவியில் ஏறச் செய்ய வேண்டும். அமைச்சர் சுவரைப் போலச் சூழ உள்ளனர். அவர்களை ஊடுருவிக்கொண்டு செல்வது எங்களால் இயலாத காரியம். எங்கள் வாழ்வு உங்கள் வாக்கில் இருக்கிறது" என்று சொல்லி இரந்தனர்.

நல்ல செயல்களைச் செய்வதில் முன் நிற்பவர் புலவர். நாடு வளம்பெற வேண்டுமானால் உழவர் சிறக்க வேண்டும். ஆகவே அவர்கள் குறையை அரசனுக்குத் தெரிவிப்பது தம்முடைய இன்றியமையாத கடமையென்று உணர்ந்து, எப்படியாவது அவர்கள் காரியத்தை நிறைவேற்றிவிட உறுதி பூண்டார்.

★

"சோழ நாட்டின் பெருமையை என்னவென்று சொல்வது! தமிழ்நாட்டுப் பேரரசர் மூவர். அந்தத் தண்டமிழ் அரசர் மூவருக்குள்ளும் அரசு என்பதற்குரிய இலக்கணங்களெல்லாம் நிரம்பியவன் நீதான். சோழ நாடு வளத்திலே சிறந்தது. மழையில்லாமல் பிற நாடுகளெல்லாம் பஞ்சத்தால் துன்புறும் காலத்திலும் காவிரி வற்றாமல் ஓடுவது. அதன் நீரால் சோழ நாடு வளம் பெறுகிறது. வேற்று நாட்டான் ஒருவன் இந்த நாட்டுக்கு வந்து பார்த்தால், இங்கே காடுபோலப் பரந்திருக்கும் கரும்பைக் கண்டமாத்திரத்திலே இந்த நாட்டின் செழிப்பை உணர்ந்துகொள்வான். வறுமைப் பகைவனை வதைக்கும் வேலைப்போல வெள்ளைப் பூவோடு தலைநிமிர்ந்து நிற்கும் கரும்பின் காட்சியே காட்சி!"-இவ்வாறு நாகனார் சோழ நாட்டின் வளத்தை எடுத்துச் சொல்லச் சொல்லக் கிள்ளிவளவன் கேட்டுக் கொண்டே வந்தான்; கேட்கக் கேட்க அவன் உள்ளம் பெருமிதம் அடைந்தது.

"இத்தகைய செல்வம் மிக்க நாட்டுக்கு அரசனாக இருக்கும் உனக்கு ஒன்று கூற விரும்புகிறேன்" என்று புலவர் நிறுத்தினார்.

"அப்படியா? சொல்லுங்கள் கேட்கிறேன். என்னால் ஆகவேண்டியது எதுவானாலும் செய்கிறேன்" என்றான் அரசன்.

"காவிரிக்கு நீர்வளம் மழையால் உண்டாகிறது. நாம் நினைத்தபோது நினைத்த காரியத்தை ஓரளவு தான் செய்ய முடியும். சில காரியங்கள் நம் கையில் இல்லை. மழை பெய்ய வேண்டுமென்று நாம் எண்ணினால் அது உடனே பெய்யாது. ஆனால் அரசர்கள் மழையைப் பெய்யும்படி செய்வார்கள்."

"அது எப்படி முடியும்?" "செங்கோல் செலுத்தும் வேந்தர்கள் அறம் புரிவார்கள். குடிமக்களுக்கு எளியராக இருப்பார்கள். குடிகளுக்கு ஏதேனும் குறை இருந்தால் அவர்கள் அதை முறையிடுவதற்கு வருவார்கள். அந்த முறையீட்டைக் கேட்பதற்கு ஆயத்தமாக இருக்கும் அரசர்கள் எப்போது மழை வேண்டுமென்று விரும்பினாலும் பெய்யும் என்று பெரியோர் கூறுவர். முறை வேண்டும் பொழுது முன் நிற்கும் அரசர் உறை (மழைத்துளி) வேண்டும்பொழுது மழையும் முன்னிற்குமாம்."

அரசன் யோசனையில் ஆழ்ந்தான். சிலநாட்களாகத் தன்னைப் பார்க்க வேண்டுமென்று சில குடிமக்கள் விரும்பியபொழுது, அமைச்சர்களை விட்டு விடை சொல்லி அனுப்பியது அவன் நினைவுக்கு வந்தது.

"அரசன் ஒவ்வொரு கணமும் குடிமக்களுக்காக உயிர் வாழ்கிறான். அவன் பிடிக்கும் குடை மற்றவர்கள் வெயிலுக்குப் பிடிக்கும் குடையைப் போன்றது அன்று. தன்னுடைய அருளினால் குடிமக்களை யெல்லாம் அரவணைத்துப் பாதுகாப்பதற்கு அடையாளம் அது. வெயில் மறைக்க நிற்பதன்று, அந்தக் குடை; வருந்திய குடி மறைப்பது."

அரசனுக்குப் புலவர் பேச்சுக்குள்ளே தனக்கு அறிவுரை ஒன்று இருப்பது தெரிந்தது. தன்னுடைய கடமையை அவர் எடுத்து வற்புறுத்தவே வந்திருக்கிறார் என்பதையும் தெரிந்துகொண்டான்.

"கூர்வேல் வளவ, அரசர்கள் படைகளைத் திரட்டிப் பகைவர்களோடு பொருது வெற்றி பெறுகிறார்கள். பெரிய பெரிய படைகளையெல்லாம் பாதுகாத்து வெற்றி அடைவது எதனாலே? உழுபடையால் விளைந்த விளைவின் பயன் அது. உழவர் உழுது நெல் விளைக்க, அதனைக் கொண்டு வீரர்களைப் பாதுகாக்கிறான் அரசன். அவர்களுக்கு உணவு இல்லாவிட்டால் படை ஏது? வெற்றி ஏது? உழுபடையின் சாலிலே விளைந்த நெல்லைக் கொண்டுதான் பொருபடையின் போரிலே விளைந்த வெற்றியைப் பெறவேண்டும். உலகத்தில் பஞ்சம் தோன்றினாலும் இயற்கையல்லாத உற்பாதங்கள் நிகழ்ந்தாலும் அரசர்களைத்தான் மக்கள் பழிப்பார்கள். ஆகையால் அரசனாக இருப்பவன் நியாயம் வழங்க எப்போதும் சித்தனாக இருக்கவேண்டும். படை வீரர்களைப் பாதுகாப்பதைக் காட்டிலும் பெரிதாக எண்ணி உழவர்களைப் பாதுகாக்க வேண்டும்."

"புலவர் பெருமானே, என்னிடம் குறையிருந்தால் குறிப்பாகச் சொல்லாமல். நேராகவே சொல்லலாம்'' என்று அரசன் முகம் நிமிர்ந்து சொன்னன், அவன் குரலில் பச்சாத்தாபம் ஒலித்தது.

"சொல்கிறேன். நான் சொன்ன உண்மைகளை மனம் கொண்டாயானால், மற்றவர்கள் கூறும் வார்த்தைகளைச் செவியிலே கொள்ளக் கூடாது. நாலு பேர் நாலு கூறுவார்கள். அரசன் உண்மையை நேரிலே கேட்டு உணரவேண்டும். குடிமக்களுடைய குறையை உணரும் திறத்தில் நடுவில் அயலாருக்கு என்ன வேலை? தாய்க்கும் பிள்ளைக்கும் இடையே அன்பை வாங்கிக் கொடுக்கக் கையாள் எதற்கு? நீ அத்தகையவர்களின் புல்லிய வார்த்தைகளைக் காதிலே வாங்கவே கூடாது. எருதுகளைப் பாதுகாத்து நிலத்தை வளப்படுத்தும் குடியானவர்களின் பாரத்தை நீதான் தாங்க வேண்டும். அவர்களால்தான் நாடு வளம் பெறுகிறது; படை பலம் பெறுகிறது; ஆசன் புகழ் பெறுகிறான். இதனை நன்கு உணரவேண்டும். குடிகளின் குறையை உணர்ந்து நீ பாதுகாப்பாயானால் பகைவர்கள் யாவரும் உன் பெயரைக் கேட்டாலே நடுங்குவார்கள். காணிக்கையுடன் வந்து உன் காலில் விழுவார்கள். இதற்கு வழி உன் குடிமக்களை நீயே நேரில் கண்டு குறை கேட்டுப் பாதுகாப்பதுதான்.''

அரசன் முகத்தில் சோகம் தேங்கியிருந்தது. புலவர் பேச்சை முடித்தார். அவன் ஒருவாறு புன்னகையை வருவித்துக்கொண்டான். "புலவரே, வணக்கம். உங்கள் பொன்னுரை என்னை விழிப்படையச் செய்தது. உங்கள் குறிப்பை உணர்ந்து கொண்டேன். நான் குடிமக்களைப் புறக்கணித்தேன். இனி அப்படிச் செய்யேன். அவர்களை அரசாங்கக் கடனிலிருந்து விடுதலை செய்து விட்டேன். இதை முரசறைந்து தெரிவித்துவிடுகிறேன். சோழநாடு வளம் பெறட்டும். உங்களைப் போன்ற புலவர்களால் அறிவு வளமும் பெருகட்டும்" என்று தழுதழுத்த குரலோடு சொன்னான்.

பழஞ்செய்க் கடனிலிருந்து குடிமக்கள் விடுதலை பெற்றனர். கோள்சொல்லும் குண்டுணிகளாகிய அமைச்சரினின்றும் அரசனும் விடுதலை பெற்றான். இந்த இரண்டுக்கும் காரணமாக இருந்த புலவர் வெள்ளைக்குடி நாகனார் பெருஞ் சிறப்புப் பெற்றார்.

2.போரும் நீரும்

இளமைக் காலத்திலே பட்டத்தைப் பெற்றவன் பாண்டியன் நெடுஞ்செழியன். சூழ இருந்த சிற்றரசர் களும் பேரரசர்களும் பாண்டி நாட்டின்மேல் எப்போதும் ஒரு கண் வைத்திருந்தார்கள். ஐந்து வகையான நிலங்களும் விரவியுள்ள நாடு அது. தமிழுக்குச் சிறந்த நாடு. செந்தமிழ் நாடு என்ற சிறப்புப் பெயரைப் பெற்றதல்லவா பாண்டி நாடு?

நெடுஞ்செழியனை இளம்பிள்ளை யென்று எண்ணிய பகைவர்கள் அவனோடு பொருது வென்றுவிடலாம் என்று நினைத்தார்கள். முக்கியமாக யானைக்கட் சேய் மாந்தரஞ் சேரல் இரும்பொறை என்ற சேர அரசனுக்குத்தான் இந்த எண்ணம் அதிகமாக இருந்தது. "இப்போதுதான் இவன் பட்டத்துக்கு வந்திருக் கிருன். சின்னஞ் சிறுவன். இவனுக்கு அடங்கி நடக்கும் அமைச்சரோ படைத் தலைவரோ அதிகமாக இருக்கமாட்டார்கள். நாம் சில மன்னர்களையும் துணை யாகக் கொண்டு போருக்கு எழுந்தால் மிக எளிதில் வெற்றி பெறலாம்'' என்று அவன் மனக்கோட்டை கட்டினன். தன் கருத்தை மெல்லப் பரவ விட்டான். "இவ்வளவு பெரிய அரசன் போருக்குப் புறப்பட்டால் வெற்றி கிடைப்பதற்கு என்ன தடை? நாம் இவனுடன் சேர்வதால் இவனுக்குத் துணைவலி மிகுதியாகும் என்பதைக் காட்டிலும், கிடைக்கும் வெற்றியில் நமக்கும் பங்கு கிடைக்கும் என்பதுதான் உண்மை. தக்க சந்தர்ப்பத்தை நழுவவிடக்கூடாது" என்று எண்ணிய வேற்று அரசர் சிலர் அவனுடைய கருத்தைப் பாராட்டினர்கள்; தாங்களும் அவனுடன் போருக்கு எழுவதாக உறுதி மொழியும் கூறினர்கள்.

அவர்கள் படைகளைச் சேர்த்தார்கள். போருக்கும் எழுந்தனர். நெடுஞ்செழியன் இளையவன்தான். ஆனாலும் வீரத்திற் சிறந்த பேரரசர் பரம்பரையிலே தோன்றியவன். குட்டியானாலும் பாம்பு பாம்பு தானே?

பகையரசர் கூடிப் பொர வருவதைக் கேள்வியுற்று அவன் சீறினான். "ஒகோ! இவர்கள் என்னை இளம் பிராயத்தை உடையவனென்று

எண்ணி விட்டார்களோ? இவர்களே அடியோடு ஒழித்துவிடாமல் வேறு காரியம் பார்ப்பதில்லை'' என்று உறுதி பூண்டான்.

ஒற்றன் ஒருவன் வந்தான்; ''அரசே, சேர நாட்டிலும் மற்ற இடங்களிலும் இந்த நாட்டுப் பெருமை தெரியாமல் பலர் பிதற்றிக் கொண்டிருக்கிறார்கள். இந்த அரசனுடைய நாட்டின் பெருமையைப் பெரிதாக உயர்த்திக் கூறுபவர்களைப் பார்த்தால் சிரிப்புத் தான் வருகிறது. அதைக் கண்டு நாம் ஏமாந்து போக மாட்டோம். சின்னஞ் சிறு பிள்ளையாகிய அரசனுக்கு என்ன தெரியப் போகிறது என்று பேசிக்கொள்கிறார்கள்" என்றான்.

அரசன் சற்று மனம் உளைந்தான். "அவர்களுடைய படைகள் எத்தகையவை?" என்று ஒற்றனைக் கேட்டான்.

"யானை, தேர், குதிரை, வீரர் என்னும் நால் வகைப் படைகளையும் தொகுத்துக் கொண்டிருக்கிருறார்கள். சேர நாட்டு யானைகளை நானே பார்த்தேன்" என்றான் ஒற்றன்.

"இருக்கட்டும்; அதனால் என்ன? மணி ஒலிக்கும். பெரிய யானைகளும், தேரும், குதிரையும் படைக்கலங்களையுடைய மற்றவர்களும் இருக்கிறார்களென்று அவர் களுக்குச் செருக்கு உண்டாகியிருக்கிறது. பகையுணர்ச்சி மூண்ட உள்ளத்தில் நிதானம் இராது. என்னுடைய படைப் பலத்தை அவர்கள் கருதவில்லை. அதனை நினைந்து அஞ்சாமல், சினம் மிகுந்து சின்னத்தனமான வார்த்தைகளைச் சொல்லித திரிகிறார்கள், கிடக்கட்டும். அதற்குப் பதில் சொல்லிக்கொண்டிருப் பதில் பயன் இல்லை.''

அரசன் யோசனையில் ஆழ்ந்தான். படைத்தலைவரையும், மந்திரிமாரையும் வருவித்தான். ஆலோசனை செய்தான். "போர் செய்ய ஆயத்தமாயிருக்க வேண்டும். நம்முடைய நாட்டின் எல்லைக்குள்ளே அவர்கள் வருவதற்குமுன் நாம் எதிர்சென்று போராட வேண்டும்" என்று நெடுஞ்செழியன் வீரம் ததும்பக் கூறினான். படைத் தலைவர் உடம்பட்டார். மந்திரிமார் பின்னும் யோசனை செய்தனர்.

"இனி யோசனைக்கு நேரம் இல்லை. சிறு சொல் சொல்லிய வேந்தரைச் சிதையும் படி அருஞ்சமத்தில் தாக்கி அவர்களை

அவர்களுடைய முரசத்தோடு ஒருங்கே சிறைப்படுத்துவதாக உறுதி கொண்டு விட்டேன். அப்படிச் செய்யாவிட்டால், இதோ ஆணையிடுகிறேன், கேளுங்கள். அவர்களைச் சிறை செய்யா விட்டால், என்னுடைய குடை நிழலில் வாழ்பவர் யாவரும் புகலிடம் காணுமல் வருந்தி, எம் அரசன் கொடுங்கோலன் என்று கண்ணிருடன் நின்று பழி தூற்றும், பாவி ஆகக் கடவேன்!"

அரசன் முகம் சிவந்தது. அவனுடைய இளமையழகிலே இப்போது வீரமுறுக்குத் தெளிவாகத் தெரிந்தது அமைச்சர் வியப்புடன். வனை உற்று நோக்கி னர். 'பரம்பரைக்கு ஏற்ற வீரம்' என்ற நினைவு. அவர்கள் உள்ளத்தில் தோன்றியது.

"நான் பகைவரை வெல்லாமற் போவேனானால் ஓங்கிய சிறப்பும் உயர்ந்த கேள்வியும் உடைய மாங்குடி மருதனுர் முதலிய புகழ்பெற்ற புலவர் என் நாட்டைப் பாடாமல் ஒதுக்கும் நிலை வருவதாகுக! என்னிடம் வந்து இரப்பவர்களுக்குக் கொடுக்க முடியாத வறுமை என்னை வந்து அடையட்டும்! இந்த வஞ்சினத்தைப் பாண்டிய அரசர் வழி வந்தவன் என்ற உணர்ச்சியோடு நான் சொல்லுகிறேன்.''

அரசன் வஞ்சினம் கூறும்போது சிங்கம் முழங்கு வதுபோல இருந்தது. உடன் இருந்தோர் அஞ்சி நடுங்கினர். அரசன் தோள் துடித்தது; கண்கள் சிவந்தன; வார்த்தை ஒவ்வொன்றும் அழுத்தமாக வந்தது. "இனி இந்த உலகமே எதிர் நின்ருலும் போரை நிறுத்த முடியாது'' என்று அமைச்சர் உணர்ந்து கொண்டனர்.

போருக்கு வேண்டியவற்றையெல்லாம் அவர்கள் செய்யலானார்கள்.

2

போர் மூண்டுவிட்டது. அரசனே நேரில் சென்று போரிடத் தொடங்கினன். "இத்தனை சிறு பிள்ளை போர்க்களத்துக்குப் போயிருக்கிருனே!" என்று அச்சமும் வியப்பும் கொண்டனர் மக்கள்.

"நேற்று வரையில் கிண்கிணி கட்டியிருந்த இளங்கால் அது; இன்று போர் வந்ததென்று அதில் வீரக் - கழலைக் கட்டிக்கொண்டான். முதல் முறையாகக் குடுமி களைந்த விழா சில நாட்களுக்கு முன்தான்

நடந்தது. அந்தத் தலையில் குலத்துக்குரிய அடையாளமாகிய வேம்பையும் போர்ப் பூவாகிய உழிஞையையும் அணிந்து கொண்டான். சிறு வளைகளை அணிந்திருந்த கை இப் போது வில்லைப் பற்றிக்கொண்டது. சிங்கக்குட்டி தாவுவதுபோலத் தேரில் ஏறி நிற்கிருனே! இப்படியும் வீரத் திருக்குழந்தை உலகத்தில் உண்டா? அவன் மாலை வாழட்டும்! அவன் பெருமை வாழட்டும்!'' என்று புலவர்கள் வாழ்த்தினர்கள்.

போரில் பகைவராக வந்தவர் ஒருவர் இருவர் அல்லர். சேரனும் சோழனும் அவர்களுடன் ஐந்து சிற்றரசர்களும் சேர்ந்துகொண்டனர். தலையாலங் கர்னம் என்ற இடத்தில் போர் மிகக் கடுமையாக நடந்தது. இரண்டு பக்கத்திலும் படைப் பலம் மிகுதி யாகவே இருந்தது.

இடைக்குன்றுார் கிழார் என்ற புலவர் இதைக் கேள்வியுற்ருர். தலையாலங்கானத்துக்கும் சென்று பார்த்து வந்தார். பாண்டிய மன்னனுடைய வீரத்தை எண்ணி அவர் பிரமித்துப் போனர். "இந்த உலகத்தில் எத்தனையோ போர்கள் நடந்திருக்கின்றன. அவற்றைப்பற்றிக் கேட்டிருக்கிருேம். ஒரு மன்னனை மற்றொரு மன்னன் எதிர்த்துப் போர் செய்தலும் அதில் ஒருவன் தோல்வியுறுதலும் உலக இயற்கை. ஆளுல் இதுபோல நாம் கேட்டதே இல்லை. நெடுஞ்செழியனுடைய பெருமையையும் பலத்தையும் அறியாத ஏழு பேர் கூடிக்கொண்டு அவனை எதிர்க்கிறார்கள். அவனே சலியாமல், முரசு முழங்க மேற்சென்று அடுகின்றன். இதைக் கதையிலும் கேட்டதில்லையே!'' என்று வியந்து பாடினர். போர் நாளுக்கு நாள் மிகுதியாயிற்று. சிற்றரசர்களுக்குப் போரில் எதிர்த்து நிற்கும் ஆற்றல் இல்லை. சிலர் போரில் இறந்தனர், சிலர் பின் வாங்கினர். கடைசியில் யாவரும் கைவிடவே, சேர மன்னன் பலம் இழந்து சிறைப்பட்டான். நெடுஞ்செழியன் செய்த கன்னிப் போரில் இத்தகைய வெற்றி கிடைத்ததைக் குறித்துப் பாண்டி நாடே குதூகலித்தது.

இளமையில் போரில் ஈடுபட்டு விட்டமையால் அரசனுக்கு மேலும் மேலும் போரைப்பற்றிய சிந்தனை மிகுதியாயிற்று. படைகளைத் திரட்டிக்கொண்டே இருந்தான்.

அரசன் தன் பருவத்துக்கு மிஞ்சிய வெற்றி மிடுக்கினால் பூரித்திருந்தான். பெரும்போர் நிகழ்ந்ததால் நாட்டின் விளை பொருளுக்கு அதிகச் செலவு ஏற்பட்டது. போர் நின்றவுடன் நாட்டு வளம் பெருகும் துறையில் அரசன் கவனம் செலுத்தவில்லை. அரியனை ஏறியவுடன் வில்லைப் பிடிக்கவேண்டி நேர்ந்தமையால் நாட்டைப் பற்றி அப்போது சிந்திக்க இயலவில்லை. போருக்குப்பின் அதில் கிடைத்த வெற்றியிலே மயங்கியிருந்தமையால் பின்பும் அதைப்பற்றிய நினைவு எழவில்லை.

ஏரிகளும் குளங்களும் மேடிட்டிருந்தன; கரைகள் உடைந்து பயனில்லாமல் கிடந்தன சில. நீர் வளம் இல்லாமையால் நிலவளம் குறைந்தது. விளைவு குறைந்தது. பஞ்சம் வந்துவிடுமே என்ற அச்சம் பாண்டி நாட்டு மக்கள் உள்ளத்தே எழுந்தது.

அரசன் படை சேர்ப்பதை விட்டு, வீர விளை பாட்டை நிறுத்தி, நாட்டின் நிலையை உணர்ந்து வளம் படுத்த வேண்டும் என்று சொல்வார் யாரும் இல்லை. அமைச்சர் சொல்ல அஞ்சினர். இளம் பருவம் உடையவனானாலும் கோபத்திலும் வீரத்திலும் மிக மிக ஓங்கி நிற்பவன் என்பதை அவர்கள் தம் கண்முன்னே பார்த்த வர்கள்.

இந்த நிலை நீடித்தால் பாண்டி நாட்டில் நிச்சயமாகப் பஞ்சம் வந்துவிடும் என்பதை அறிந்தனர் அமைச்சர்கள். அரசனுக்கு யோசனை கூறவோ அஞ்சினர். என்ன செய்வது என்று ஏங்கி நின்ற தறுவாயில் சமயசஞ்சீவி போல ஒரு புலவ்ர் வந்தார். குடபுல வியனார் என்பது அவர் பெயர். தமிழ்ப் புலவர்கள் பொதுவாகவே யாருக்கும் அஞ்சாதவர்கள்: நியாயத்தையே எடுத்துரைப்பவர்கள். அவருள்ளும் குடபுல வியனார் நயமாக எடுத்துரைக்கும் ஆற்றல் பெற்றவர். அவரிடம் அமைச்சர்கள் தம் கருத்தைக் கூறி, "எப்படியேனும் நீங்கள் மனம் வைத்து அரசரை வழிக்குக் கொண்டு வரவேண்டும்'' என்று வேண்டிக்கொண்டார்கள். "என்னால் இயன்றதைச் செய்வேன்" என்று அவர் உடம்பட்டார்.

"தலையாலங்கானத்துச் செருவைப்பற்றி இன்று உலகத்தில் பாராட்டாத புலவர்களே இல்லை" என்றுர் குடபுலவியனார்.

"ஆம். பெரிய போர்தான். நான் பட்டத்துக்கு வந்தவுடன் முதல் வேலை இந்தப் போரில் வெற்றி பெறுவதாகிவிட்டது" என்றுன் நெடுஞ்செழியன்.

"எல்லாம் உங்கள் குலத்தின் பெருமை. நாவலந் தீவு. முழுவதும் ஒரு குடைக்கீழ் ஆண்ட உரவோர் பாண்டிய மன்னர். அவர்களுடைய மரபில் வந்த அரசர்பிரான் கோடிகோடி ஆண்டுகள் வாழவேண்டும்!"

இ. கதை-2 "அவர்கள் பெருமையே பெருமை! பாண்டி நாட்டின் பெருமை வேறு எந்த நாட்டுக்கு இருக்கிறது? மதுரை மாநகரின் சிறப்பை வேறு எங்கே பார்க்க முடியும்? பகையரசர் என்னதான் முயன்றாலும் இந்த நகருக்குள்ளே புக முடியுமா?" - ஆழமான அகழியையும் உயரமான மதில்களையும் பெரியோர்கள் அமைத்திருக்கிருர்கள். இத்தகைய வளம் பெற்ற பழைய நகரம் வேறு எங்கும் இல்லை என்பது உண்மை. இந்த நகரில் வாழ்ந்த அரசர்களெல்லாம் இம்மை மறுமைப் பயன்களைக் குறைவின்றிப் பெற்ற வர்கள்; வீரத்திலே சிறந்தவர்கள். அதனால் புகழைப் பெற்றவர்கள்."

"அவர்கள் சென்ற நெறியிலே நானும் செல்ல வேண்டுமென்று ஆசைப்படுகிறேன்."

"அப்படியே ஆகட்டும். புண்ணியமும் வெற்றியும் புகழும் ஒருங்கே கிடைப்பதற்கு மூல காரணம் ஒன்று உண்டு. அதனை உடையவர்கள் மறுமையுலகத்துச் செல்வமும், பகை அரசரை வென்று நிற்கும் திறனும், நல்லிசையும் பெறுவார்கள்."

"படைப் பலத்தையா சொல்கிறீர்கள்?"

"அல்ல, அல்ல. யானை முதலிய படைகள் அல்ல; வேறொரு படை: உழுபடை. படைகளுக்கெல்லாம் உணவளிக்காவிட்டால் அவை

போரிட முடியுமா? உடம்பிலே உயிர் தங்கி இருக்கும்படி செய்தாலல்லவா போரிட முடியும்?"

"நான் படை வீரர்களுக்கு வேண்டிய உணவைக் கொடுத்தேன். அவர்களுக்கு இனியும் குறைவின்றிக் கொடுக்கக் கட்டளை பிறப்பித்திருக்கிறேன்.".

"நல்ல காரியந்தான். உண்டி கொடுத்தவரே உயிர் கொடுத்தவர் ஆகிறர்கள். உணவு இல்லா - விட்டால் உடலும் இல்லை. ஆனால் அந்த உணவு எப்படி வருகிறது? அது தானே கிடைத்துவிடாது. நிலமும் நீரும் சேர்ந்தால் உணவு கிடைக்கும்; உணவுப் பொருள் விளையும். அந்த இரண்டையும் சேர்ப்ப வர்களே உடம்பையும் உயிரையும் படைத்தவர்கள் ஆகிறார்கள்."

"நம்முடைய நாட்டில் விளை நிலத்துக்குக் குறைவில்லையே?"

"உண்மைதான். ஆனாலும் நிலம் மாத்திரம் இருந்தால் போதுமா? எவ்வளவுதான் பரந்த நிலங்கள் இருந்தாலும், விதைத்துவிட்டு வானத்தைப் பார்க்கும் படியாக இருந்தால் அந்த நிலங்களால் உடையவனுக்கு என்ன பயன்? அரசே, சற்றுக் கவனிக்க வேண்டும். படை இருக்கலாம்; ஆனால் அதற்கு என்றும் கொடுத்துவர உணவு வேண்டும். நிலம் இருக்கலாம்; ஆனால் அதை விளையும்படிச் செய்ய நீர் வேண்டும். வானத்திலே நீர் இருக்கிறதென்று நம்பியிருந்தால் நமக்கு வேண்டியபொழுது அது வழங்காது; அது வழங்கும்போது நாம் சேமித்து வைக்கவேண்டும். நிலம் பள்ளமாகக் குழிந்திருக்கும் இடங்களில் வேண்டிய கரை கட்டியும், ஏரி குளங்களைக் கரை திருத்தியும் பாதுகாக்க வேண்டும். அப்படி நீரைத் தடுத்தால் நாடு வளம் பெறும். நீரை தேக்கினவர் யாரோ அவரே புகழையும் தேக்குவார்."

அரசன் சிந்தனையில் ஆழ்ந்தான். ஏரி குளங்களைச் சீர்திருத்தவேண்டும் என்று எப்பொழுதோ யாரோ சொல்லிக் காதில் விழுந்ததாக நினைவு வந்தது. அமைச்சர் சொன்னதைத்தான் பராமுகமாகக் கேட்டிருந்தான். இப்போது அதையே அழுத்தந் திருத்த மாகப் புலவர் சொன்னார்; படிப்படியாகச் சொன்னார். அவன் மனத்தில் அது உறைத்தது.

"உண்டி கொடுத்தோர் உயிர் கொடுத்தோர். நீரையும் நிலத்தையும் சேர்த்தவர்களால்தான் உடம்பையும் உயிரையும் சேர்த்து வைக்கமுடியும். வானம் நம்முடைய விருப்பப்படி பெய்யாது. நீரைத் தேக்கினவர்களே புகழைத் தேக்குவார்.'' இந்தப் பொன்னான வாக்கியங்கள் ஒவ்வொன்றாக அவன் உள்ளத்தில் கணிர் கனிர் என்று மணியடிப்பதுபோல் மீட்டும் ஒலித்தன.

"புலவர் பெருமானே, நானும் நீரைத் தேக்கிப் புகழைத் தேக்க முயல்வேன்" என்ற வார்த்தைகள் அரசன் வாயிலிருந்து வந்தபோது, அங்கிருந்த அமைச்சர்களின் முகங்கள் என்றும் இல்லாத மலர்ச்சியைப் பெற்றன.

3. யார் குற்றம்?

தமிழ் நூல்களில் புலவர்கள் பாராட்டிய மன்னர்களும் செல்வர்களும் பலர். அவர்களுக்குள்ளே முடியுடை மன்னர்கள் புலவர்களை ஆதரித்ததும், தம்மிடம் வந்த இரவலர்களுக்கு வேண்டிய அளவு பொருள் அளித்துப் பாதுகாத்ததும் அருமையான செயல்கள் அல்ல. அவ்வாறு செய்வதற்கு அவர்களிடம் நிரம்பின செல்வம் இருந்தது. ஆனால் சில சிற்றரசர்களும் செல்வர்களும் தங்களை நாடி வந்தவர்களுக்கு இல்லையென்று சொல்லாமல் அளித்து வந்தனர். பறவை, கொடி ஆகியவற்றினிடங்கூட அவர்களுடைய கருணை சென்றது. அப்படி வாழ்ந்த வள்ளல்களுக்குள் சிறந்தவர்களென்று ஏழு பேரைப் புலவர்கள் பாராட்டியிருக்கிருர்கள்.

பல புலவர்கள் இந்த ஏழு வள்ளல்களை ஒருங்கு சேர்த்துச் சொல்லிருக்கிறார்கள். இந்த ஏழு பேர்களில் நள்ளி என்பவன் ஒருவன். அவன் மலை நிரம்பிய கண்டீரம் என்னும் இடத்தில் வாழ்ந்த சிற்றரசன். தோட்டி என்ற மலை அவனுக்கு உரியதாக இருந்தது. புலவர்களுக்குக் கணக்கில்லாமல் ஈயும் கொடையாளன் அவன். இசைபாடும் பாணர்களுக்குப் பல வகையில் அன்பு செய்து அவர்களுடைய இன்னிசையிலே மூழ்கித் திளைப் பவன். அவ்வாறு பலகாலும் இசைவிருந்தை நுகர்ந்ததனுல் அவனுக்கு இசையின் நுணுக்கங்களெல்லாம் நன்றாகத் தெரிந்திருந்தன.

ஒரு சமயம் நள்ளியைத் தேடிக்கொண்டு புகழ் பெற்ற பாணன் ஒருவன் வந்தான். அவன் இனிமை யாத யாழ் வாசிப்பதில் வல்லவன். அவனுடைய இசையைக் கேட்டு மகிழாத மன்னரோ, செல்வரோ தமிழ் நாட்டில் இல்லை யென்றே சொல்லிவிடலாம். அவன் நள்ளியை மாத்திரம் நெடுநாட்களாகப் பார்த்ததில்லை. வேறு பாணர் பலர் நள்ளியிடம் சென்று பாடிப் பரிசில் பெற்று வருவர். அவர்களே இந்தப் பாணன் சந்திக்கும்போது அவர்கள் நள்ளியின் இயல்பைப் பாராட்டிக் கூறுவார்கள். "நாங்களும் எவ்வளவோ இடங்களில் பாடுகிருேம், பரிசு பெறுகிருேம். தமிழ் நாட்டில் இசையை விரும்பிக் கேட்கும் வள்ளல்கள் பலர் இருக்கிருர்கள். ஆனல் நள்ளியின் திறமே வேறு. அவரும் மற்றவர்களைப் போலத்தானே பரிசு கொடுக் கிருர் என்று நீங்கள் கேட்கலாம். பரிசை

நாம் பெறுவது பெரிதன்று. நம்முடைய ஆற்றலைத் தெரிந்து பாராட்டிக் கொடுக்கும் பரிசு ஆயிரமடங்கு உயர்ந்தது. இசைப் புலமையுடையவர்கள் சில சமயங்களில் மிகவும் அருமையாகப் பாடுவார்கள். அந்தச்சமயம் அறிந்து பாராட்டினுல் அந்தப் பாராட்டைவிடச் சிறந்த பரிசு வேறு இல்லை. எத்தனை நுட்பமான வகையிலே நம்முடைய இசைத் திறனைக் காட்டிலும் அந்த நுட்பத்தை உணர்ந்து, 'இந்த இடம் அருமையானது' என்று பாராட்டும் கலைஞர் நள்ளி. ஆகவேதான் அவரைக் காட்டிலும் நிலையிலும் பொருளிலும் சிறந்தவர்கள் தமிழ் நாட்டிலே இருந் தாலும், அவரையே அடிக்கடி நாடிச் சொல்லுகிறோம்" என்று அவர்கள் தங்கள் அநுபவத்தைச் சொல்வார்கள்.

இத்தகைய பேச்சைக் கேட்கக் கேட்க முன்னே சொன்ன பாணனுக்கு நள்ளியைப் பார்க்க வேண்டு மென்ற ஆவல் அதிகமாயிற்று. தன்னுடைய மாளுக்கர் கூட்டத்தோடும் சுற்றத்தோடும் நள்ளியை நாடிச் சென்றான.

இவன் போன சமயம் நள்ளி வேறு எங்கோ புறப்படும் நிலையில் இருந்தான். வந்தவர்களைப் போங்கள் என்று சொல்லும் வழக்கம் அவனிடம் இல்லை. ஆதலின், "நீங்கள் இங்கேயே இருங்கள். உங்கள் வீடாகவே இந்த இடத்தைக் கருதி வேண்டியவற்றைப் பெற்று இன்புறலாம். இன்றியமையாத கடமை ஒன்றை நிறைவேற்ற நான் போக வேண்டியிருக்கிறது. விரைவில் வந்துவிடுகிறேன். என்றும் வராத நீங்கள் வந்திருக்கிறீர்கள். உங்களை உடனிருந்து உபசரிக்கும் நிலை எனக்கு இப்போது இல்லாமைக்கு வருந்துகிறேன். ஆனாலும் நீங்கள் ஒரு குறைவும் இல்லாமல் இங்கே தங்கலாம்" என்று அன்புடன் சொன்னவன், அமைச்சரிடமும் பிற அதிகாரிகளிடமும் அவர்களைத் தக்க வண்ணம் உபசரிக்கும்படி சொல்லிவிட்டுச் சென்றான். அவன் மீண்டும் வருவதற்கு ஒரு வாரம் ஆகிவிட்டது. பாணன் நள்ளியின் அரண்மனையில் தங்கியிருந்தான். ஒவ்வொரு வேளையும் விருந்துதான். புதிய ஆடைகளை அவனுக்கும் அவனுடன் வந்தவர்களுக்கும் அரண்மனை அதிகாரிகள் அளித்தார்கள். அவற்றை அணிந்து மனம் விரும்பியமட்டும் இனிய உணவை உண்டு ஒரு நாளைக்கு ஒரு நாள் உடம்பு பொலிவு பெற, அவர்கள் அங்கே தங்கியிருந்தார்கள்.

நள்ளி வந்தான். "உங்களை இங்கு இருப்பவர்கள் சரியாகக் கவனித்துக் கொண்டார்களா?" என்று கேட்டான்.

"எங்கள் வாழ்நாளில் பெருத உபசாரங்களை இங்கே ஒரு வாரமாகப் பெற்று வாழ்கிரேும். முன்பு எங்களைப் பார்த்தவர்கள் இப்போது எங்களைப் பார்த்தால் அடையாளமே கண்டுபிடிக்க மாட்டார்கள்" என்றான் பாணன்.

"உங்கள் பெருந்தன்மையால் நீங்கள் அப்படித் தான் சொல்வீர்கள். நீங்கள் போகும் இடங்களில் எல்லாம் மக்கள் உங்களை வரவேற்று உபசரிப்பார்கள். பேரரசர்களிடம் உபசாரங்களைப் பெற்றிருப்பீர்கள். அந்த உபசாரங்களைவிடச் சிறப்பாகவா இங்கே கிடைக்கும்?" என்று நள்ளி கூறினன்.

"உங்கள் யாழிசையை அமைதியாக இருந்து நெடு நேரம் கேட்க வேண்டுமென்று ஆசைப்படுகிறேன். அதற்குரிய வேளை வரவேண்டும். இங்கே என்னை நாடிச் சில அன்பர்கள் வருகிறார்கள். மிகவும் அவசியமான சில ஆலோசனைகள் நடத்த வேண்டும். அதனால் ஊருக்கு வந்தும் உங்கள் இசையை உடனே கேட்க முடியவில்லை. கேட்டோம் என்று பெயர் பண்ணுவதற்காகச் சிறிது நேரம் கேட்டுவிட்டுப் போவது எனக்கு விருப்பம் அன்று. வேறு அவசியமான வேலை உங்களுக்கு ஒன்றும் இராதென்று எண்ணுகிறேன். இங்கே தங்குவதிலும் உங்களுக்குத் தடை இருக்க நியாயமில்லை. உபசார வகையில் ஏதேனும் குறையிருந்தாலும் பொருட் படுத்தாமல் இங்கே இன்னும் சில நாட்களேனும் தங்கினால் எனக்கு மகிழ்ச்சியாக இருக்கும்" என்றும் சொன்னன்.

"தங்களுடைய திருவுள்ளப்படியே தங்களுக்கு எப்போது எங்கள் இசையைக் கேட்க முடியுமோ அப் போது கேட்கலாம். எங்களுக்கு இங்கே கிடைக்கும் உபசாரம் இதுதான் சொர்க்க போகமோ என்று நினைக்கும்படியாக இருக்கிறது. இவ்வளவு நாட்களாக இங்கே வராமற் போனேமே என்று ஒவ்வொரு கணமும் நினைக்கிரேும்" என்று பாணன் விடை பகர்ந்தான்.

*

மேலும் ஒரு வாரம் பாணனுடைய பாட்டைக் கேட்கும் செவ்வி நள்ளிக்குக் கிடைக்கவில்லை. பாட்டைக் கேட்க வேண்டுமென்ற ஆசை நாளுக்கு நாள் அவனுக்கு மிகுந்து வந்தது. கடைசியில் ஒரு நாள் மாலை பாணனும் அவனைச் சார்ந்தவர்களும் தங்கள் யாழை வாசித்தும் பாடியும் காட்டுவதற்கு ஏற்பாடு ஆயிற்று. வேறு ஊர்களிலிருந்து நள்ளியைக் காண்பதற்குச் சிலர் வந்திருந்தார்கள். புலவர்கள் சிலரும் வந்தார்கள். வன்பரணர் என்ற புலவர் பெருமானும் வந்திருந்தார். இத்தனை பேரும் இருக்கும்போது பாணனைப் பாடச் சொன்னால், அந்த இசையை யாவரும் அநுபவிக்கலாம். பாணனுக்கும் பெரு மகிழ்ச்சி உண்டாகும் என்ற எண்ணத்தால் அன்று இசையரங்கு நிகழும்படித் திட்டம் செய்தான்.

வந்திருந்த பாணன் நள்ளியின் முன் இதுகாறும் யாழை வாசிக்கவில்லை. ஆனாலும் ஒவ்வொரு நாளும் தனியே இருந்து யாழை வாசித்துக்கொண்டிருந்தான். இசையில் வல்லவர்கள் நாள் தவறாமல் இசைப் பயிற்சியை விடாமல் செய்து வந்தால்தான் இசைத் திறமை அவர்களிடம் நிலைத்து நிற்கும். அன்று காலையில் பாணன் நெடு நேரம் யாழை வாசித்துக்கொண்டிருந்தான். கலைஞர்கள் தம் கலையில் விளையும் இன்பத்தில் தாமே ஆழ்ந்து தம்மை மறந்துவிடுவார்கள். இந்தப் பாணன் அன்று காலையில் யாழை வாசித்தான்.

ஒவ்வொரு நேரத்துக்கும் இன்ன இன்ன பண் உரியதென்ற வரையறை உண்டு. காலை நேரத்துக்கு உரியது மருதப் பண். மாலை நேரத்தில் பாடுவதற்குரியது செவ்வழிப் பண். பாணன் மருதப் பண்ணை மிக விரிவாகப் பாடினன். அவன் இந்த உலகத்தையே மறந்து மருதப் பண்ணின் இசைக் கூறுகள் அலையலையாகப் பரவி மோத, அந்தக் கடலில் வேறு ஒன்றையும் காணுத நிலையில் ஈடுபட்டிருந்தான். யாழ் வாசிப்பதை நிறுத்தின. பிறகும் மருதப்பண். அவன் காதிலும் கருத்திலும் ஒலித்துக்கொண்டே இருந்தது. அதனுடையஆரோகண அவரோகண கதியிலே அவன் இன்னும் மூழ்கியிருந்தான்.

மாலையில் நள்ளி தன் அவைக்களத்தில் வீற்றிருந்தான். அவனுக்கு அருகில் வன்பரணர் அமர்ந்திருந்தார். இரு பக்கங்களிலும் வேறு சில புலவர்களும் நண்பர் களும் அதிகாரிகளும் அயலூர்க்காரர்களும்

இருந்தார்கள். எதிரே பாணனும் அவனைச் சார்ந்தாரும் தம் தம் இசைக் கருவிகளுடன் உட்கார்ந்திருந்தனர். பாணர் தலைவன் முன்னே அமர்ந்திருந்தான்.

இசையரங்கு தொடங்கியது. யாழுக்குச் சுருதி சேர்த்தார்கள். முதலில் பாணர் தலைவனே வாசிக்கத் தொடங்கினன். காலையிலே மருதப் பண்ணிலே தோய்ந்து நின்ற அவன் உள்ளம் இன்னும் அந்த நிலையினின்றும் மாறாமலே இருந்தது. இப்போது மாலை; முறைப்படி செவ்வழிப் பண்ணை வாசிக்கவேண்டும்; ஆனால் பாணன் உள்ளமும் காதும் இன்னும் மருதப் பண்ணிலே ஈடுபட்டிருந்தன. ஆதலின் அவன் பாடத் தொடங்கியபோது அவனையே அறியாமல் அவன் விரல்கள் மருதப் பண்ணின் சுரங்களை எழுப்பின; பிறகு அதன் இன்னிசை ஒலி மீட்டும் அவனுக்குக் காலையிலே யாழ் வாசிக்கிறோம் என்ற மயக்கத்தை உண்டாக் கியது; காலையில் வாசித்ததன் தொடர்ச்சியாக வாசிப்பதாகவே அவன் எண்ணிக்கொண்டு விட்டான். அப்படிச் சொல்வதைவிட இப்போது மாலை என்ற நினைப்பே அவன் உள்ளத்திலே தோன்றவில்லை என்று சொல்வது தான் பொருத்தமாக இருக்கும்.

தொடக்கத்தில், "மாலை நேரத்தில் அவர் மருதப் பண்ணைப் பாடுகிறாரரே!'' என்று இசையிலக்கணம் தெரிந்தவர்கள் மயங்கினர்கள். நள்ளியும் அப்படியே - எண்ணினான். சிறிது நேரம் கழித்து யாவரும் அந்தப் பண்ணின் இனிமையில் ஆழ்ந்து போனார்கள்.

பாணன் வாசித்துக்கொண்டே போனான். அவனுடைய மருதப் பண் இசையிலே காலை நேரத்தின் அமைதி பரவியது. தாமரை மலர் மலரும்போது வண்டுகள் மெல்லென்ற ஒலியோடு அதில் புகுவது போன்ற நினைப்பு உண்டாயிற்று. எங்கும் புது விழிப்பும் கலகலப்பும் முளை விடுவது போன்ற உணர்ச்சி ஏற்பட்டது. கீழ் நிலையிலிருந்து மெல்ல மெல்ல மேலே ஏறினான். கூட்டில் இருந்த பறவை சிவ்வென்று மேலே போகிற மாதிரி இருந்தது. ஆடாமல், அசையாமல் பாணன் பாடினான். அனைவரும் கேட்டார்கள். பாட்டு ஒரு வகையாக முடிவு பெற்றது. மருதப் பண்ணென்னும் இசைக் கடலின் மறுகரை இன்னும் தெரியவில்லை. சிறிது நேரம்

கேட்டவர்களுடைய மனம் மருதப் பண்ணூடே உலவிக் கொண்டிருந்தது. இனி அடுத்த பாட்டு ஆரம்பமாக வேண்டும்.

அதற்குள் நள்ளி மருதப் பண்ணிலே ஆழ்ந்து கிடந்த மயக்கத்திலிருந்து விழித்து எழுந்தான். "அருமையிலும் அருமை! மருதப் பண் காலை நேரத்தையே இப்போது இங்கே கொண்டு வந்து விட்டது. பாணர் இது மாலை என்பதை மறந்து மருதத்தை வாசித்தார். நாமும் மாலையை மறந்து காலை என்ற உணர்ச்சியோடு இந்தப் பண்ணைக் கேட்டு இன்புற்றோம். இதுவரையிலும் பலர் பாடி இந்தப் பண்ணைக் கேட்டிருக்கிறேன். ஆனால் இது ஒரு தனிச் சிறப்புடையதாக இருந்தது" என்று பாராட்டினன். அந்தப் பாராட்டினூடே, தனக்கு இசையைப் பற்றிய செய்திகளும் தெரியும் என்பதைக் காட்டிச் கொண்டான்.

அவன் பேசியபொழுது அவன் கூறிய பாராட்டுரைகளைக் கேட்டு மகிழவில்லை பாணன். "காலை நேரத்தில் பாடவேண்டிய பண்ணை இப்போது பாடலாமா?'' என்று சுட்டிக் காட்டுவது போலவே தோன்றியது. தன்னுடைய பிழையை அப்போதுதான் உணர்ந்தான். முறைப்படி மாலைக்குரிய செவ்வழிப் பண்ணைப் பாடியிருக்கவேண்டும். காலையிலே பாடிய மருதப்பண் அவனை ஆட்கொண்டு முழுக்கிவிட்டது. அதனால் இவ்வளவு பெரிய பிழையைச் செய்துவிட்டான்.

நள்ளியின் பேச்சு, பாணனுக்கு உண்மையை உணர்த்தியது. அவன் முகம் வாடியது; உடம்பு வேர்த்தது. நள்ளி குறை கூறும் முறையில் ஒன்றும் சொல்லவில்லை. ஆயினும் அவன் மருதம் காலைப் பண் என்பதை உணர்ந்து பேசினன். சிறந்த புலமையும் மானமும் உடைய பாணனுக்கு அந்தக் குறிப்பே போதுமானதாக இருந்தது.

பாணன் சித்திரப் பாவைபோல இருந்தான். அவனுடைய மனம் ஏதோ பெரிய பிழையைச் செய்து விட்டது போலத் துன்புற்றது. அவன் அகத்திலே தோன்றிய வேதனை முகத்திலே தெரிந்தது. புலவர் வன்பரணர் அவன் முகத்தைக் கவனித்தார். நள்ளியின் பேச்சினால் தான் செய்த பிழையை உணர்ந்து செயலற்ற நிலையில் அவன் இருப்பதை உணர்ந்தார். 'கலைஞன் தவறு செய்தால் அதற்கு ஏதோ காரணம் இருக்கவேண்டும். அதைத் தெரிந்துகொள்ள

இப்போது முடியவில்லை. என்ன காரணம் என்ற ஆராய்ச்சியைச் செய்துகொண்டிருப்பது இப்போதுள்ள நிலையைப் பின்னும் நயமற்றதாக்கி விடும். ஆகவே இந்தக் குழப்பமான நிலையை மாற்ற வேண்டும்' என்று எண்ணினார் அவர். "வள்ளற் பெருமானே!'' என்று வன்பரணர் பேசத் தொடங்கினார். எல்லாருடைய முகங்களும் அவரை நோக்கித் திரும்பின.

"பாணர் தலைவர் இப்போது மருதம் வாசித்ததற்கு ஏதாவது தக்க காரணம் இருக்கும். ஆனாலும் கால மல்லாத காலத்தில் இந்தப் பண்ணை வாசித்தது. அவருடைய புலமைக் குறையென்று தோன்றவில்லை. அதற்கு மூலகாரணம் தங்களுடைய வள்ளன்மைதான்' என்றார் புலவர்.

புலவர் என்ன சொல்லப் போகிறார் என்று எல்லாரும் கூர்ந்து கவனித்தனர்.

"கலைஞர்களைப் போற்றிப் பாராட்டி உணவூட்டி ஊக்கமளிப்பதே தங்களுடைய வாழ்க்கையின் முதற் கடமையாகக் கொண்டிருக்கிறீர்கள். நாங்களெல்லாம் வறுமையோடு உறவாடுகிறவர்கள். நாலு பேரைப் பார்க்க வேண்டுமென்று எண்ணுவோம். சும்மா பார்க்கலாமா? கற்ற வித்தையைக் காட்டிப் பரிசு பெற வேண்டும். ஆதலால் எப்போதும் மேலும் மேலும் பயிற்சி செய்துகொண்டே இருப்போம்."

புலவர் என்ன சமாதானம் சொல்லப் போகிறார் என்று இன்னும் ஒருவருக்கும் புலப்படவில்லை. அவர்களுடைய ஆவல் அதிகமாகிக் கொண்டே வந்தது.

"இங்கே நாங்கள் வந்துவிட்டால் வேளைக்கு வேளை அளவுக்கு மிஞ்சிய உணவு கிடைக்கிறது. அதைச் சாப்பிட்டால் உடனே இளைப்பாற வேண்டியிருக்கிறது. இளைப்பாறி எழுந்தால் மறுபடியும் ஏதாவது சிற்றுண்டி வந்துவிடுகிறது. இப்படி விருந்துண்பதும் இளைப்பாறுவதுமாக இங்கே நாட்களைக் கழித்தால் நாங்கள் கற்ற வித்தையும் இளைப்பாறப் போய்விடுகிறது. யாழ் வாசித்துக்கொண்டே இருக்கும் எங்களவர்களைத் தாங்கள் விருந்து போட்டுச் சும்மா தூங்கப் பண்ணுகிறீர்கள். தங்களுடைய வள்ளன்மை இன்ப மயக்கத்தை உண்டு பண்ணி விடுகிறது. அதனால்

என்றைக்காவது யாழை எடுத்து வாசித்தால் நேரமே தெரிவதில்லை; இன்ன நேரத்துக்கு இன்ன பண் என்ற முறையும் மறந்து போகிறது. மாலைக் காலத்தில் மருதம் வாசிக்கிறோம்; காலை நேரத்தில் செவ்வழிப் பண்ணை இசைக்கிறோம். இவ்வளவுக்கும் காரணம் தாங்கள் எங்களுக்குச் செய்யும் உபசாரந்தான். இது தவறாக இருந்தால், இதற்குக் காரணமாகிய தங்கள் வள்ளன்மையும் தவறாக முடியும்.''

புலவர் சொல்லி முடித்தவுடன் எல்லாரும் மகிழ்ச்சியினல் ஆரவாரம் செய்தார்கள். நள்ளியின் வள்ளன்மையைப் புகழ இந்தச் சந்தர்ப்பத்தைப் பயன்படுத்திக்கொண்டு, அப்போது அங்கே இருந்த களை இழந்த நிலையை அவர் மாற்றினரே என்று தமக்குள் வியந்தார்கள்.

"நான் தவறென்று சொல்லவில்லையே! காலைப் பண்ணை இப்போது பாடினரென்பதைப் பின்னாலே தான் உணர முடிந்தது. பாட்டு முடிகிற வரையில் நம்மையே மறந்து கேட்டோமே!" என்று நள்ளி புலவரை நோக்கிச் சொன்னன்.

பாணனுக்குச் சற்றே உணர்வு வந்தது. குனிந்த தலை நிமிர்ந்தது. அந்தச் சமயம் பார்த்து, "இப்போது பாணர் மாலைக்குரிய பண்ணைப் பாடப் போகிறார். மாலைப் பொழுதும் மாலைப் பண்ணும் சேர்ந்தால் எப்படி இருக்கும் என்பதை நாம் அறிந்து இன்புறலாம்" என்று நள்ளி நயமாகச் சொன்னார்.

பாணன் புது முறுக்குடன் யாழை மீட்டிச் செவ்வழிப் பண்ணை இசைக்கத் தொடங்கினன்.

புலவர் நள்ளியிடம் சொன்னதை அவர் பாட் டாகவே பிறகு இயற்றிச் சொன்னர்,

4. மீண்ட குழந்தைகள்

2000 ஆண்டுகளுக்கு முன் கிள்ளிவளவன் என்னும் அரசன் உறையூரில் ஆண்டுகொண்டிருந்தான். திருக்கோவலூரில் மலையமான் என்னும் வீரன் ஒருவன் இருந்தான். அவன் எந்த அரசனுக்குப் போரில் துணையாகச் செல்கிறானோ அவனுக்கு நிச்சயமாக வெற்றி உண்டாகும். அதனால் அவனிடத்தில் மன்னர்களுக்கெல்லாம் அச்சம் இருந்து வந்தது.

காட்சி 1

இடம்:-கிள்ளி வளவன் அரண்மனை. அரசன் வீற்றிருக்கிறான். சூழ மந்திரிகள் வீற்றிருக்கின்றனர்.

வளவன்:-எவ்வளவு ஆறுதலாக இருக்கிறது. இந்த ஒரு வாரமாக நான் அடைந்துவரும் இன்பத்துக்கு எல்லையே இல்லை. நம்மோடு போர் புரிய வரும் அரசன் யாராக இருந்தாலும் நம்முடைய படைப் பலத்தால் வென்றுவிடலாம் என்ற உறுதி நமக்கு ஏற்பட்டிருக்கிறது

ஒரு மந்திரி:-அரசே, இன்னும் நாம் படைகளை மிகுதிப்படுத்த வேண்டியது அவசியம்.

வளவன்:-அது தெரியும். ஆனால் எவ்வளவு மிகுதியாக இருந்தாலும் நம்முடைய பகைவன் படையில் மலையமான் சேர்ந்துவிட்டால் என்ன செய்வது என்ற பயத்தோடல்லவா இதுவரைக்கும் இருந்தோம்? வெற்றியோ தோல்வியோ போரிடும் மன்னர்களின் படைப்பலத்தைப் பொறுத்து நிற்பது தான் இயற்கை தமிழ்நாட்டில் அந்த இயற்கைக்கு மாறாக மலையமான் வந்து முளைத்தான். அவனுடைய துணை யாருக்குக் கிடைக்கிறதோ அவனுக்கே வெற்றி என்றுதானே இன்று வரைக்கும் இருந்தது? மலையமான் இறந்துவிட்டான் என்ற செய்தி என் காதில் குளிர்ச்சியாக விழுந்தது.

ஒரு புலவர்:-அரசே, அப்படிச் சொல்லக்கூடாது. ஒரு பெருவீரனை நாம் பாராட்ட வேண்டியது அவசியம். அவன் இருக்கும்போது

அவனை நாம் மனத்துக்குள் வியந்து கொண்டிருந்தோம். அதுதான் வீரர்களுக்கு அழகு.

வளவன்:-புலவரே, நீர் சொல்வீர். சண்டையில் கலந்து கொண்டு போர் செய்தவர்களுக்குத் தெரியும், அவனுடைய பயங்கரமான பலம். அப்பா வயிற்றில் நெருப்பைக் கட்டிக்கொண்டல்லவா போர் செய்ய வேண்டி யிருந்தது? இப்போது படைத்தலைவர்கள் நன்றாகத் தூங்குவார்கள். அவரவர்கள் தங்கள் தங்கள் படைப் பலத்தைக் காட்டி வெற்றிபெற முயல்வார்கள். இனி மலையமானால் தமிழ்நாட்டுக்கு அச்சம் இல்லை.

புலவர்:-மன்னர்பெருமானே, நான் சொல்வது தவறாக இருந்தாலும் சற்றுக் கேட்டருள வேண்டும். மெய்யான வீரம் யாரிடம் இருந்தாலும் அதைப் போற்ற வேண்டும். மலையமானைக் கண்டு அஞ்சினேன் என்று சொல்வது வீரமாகாது. அவன் இறந்த பிறகும் இருப்பவர் கூட்டத்தைச் சேர்ந்தவன். அவனைப் போன்ற வள்ளல்கள் சிலரே இந்த உலகத்தில் இருப்பார்கள். சேர சோழ பாண்டிய மன்னர்களுக்கு ஒப்பான புகழ் அவனுக்கு இருக்கிறது. அதன் காரணம் என்ன?

அரசன்:-காரணம் என்ன? அவர்கள் அவனிடம், நீ எங்களுக்குத் துணையாக வேண்டும் என்று சொல்லி நின்றார்கள். அவனும் கூலிக்கு வேலை செய்வது போல அவர்கள் கொடுக்கும் பொருளை நச்சிப் போர் செய்தான்.

புலவர்:-அப்படிச் சொல்வது நியாயம் ஆகாது. அவன் கூலிக்குப் போர் செய்யவில்லை. அவன் தங்களுக்கு வெற்றியை ஈட்டிக் கொடுத்தான் என்பதை நினைந்து அரசர்கள் அவனுக்குப் பரிசில் தந்தார்கள்; காணிக்கை செலுத்தினர்கள் என்று சொன்னல்கூடத் தவறாகாது. அவன் அந்தப் பொருளை என்ன செய்தான்? தன் இன்ப வாழ்க்கைக்காகச் செலவிடவில்லை. என் போன்ற புலவர்களுக்கு வாரி வாரி வழங்கினான்.

அரசன்:-(கைகொட்டிச் சிரித்து) ஆகா! இப்போது தெரிகிறது உண்மை. அரசர்கள் தந்த பணத்துக்காக மலையமான் போரிட்டான். அவன் தந்த பொருளுக்காக நீங்கள் அவனைப் புகழுகிறீர்கள்; நீர் என்னுடன் சொற்போரிடுகிறீர்.

புலவர்:-அரசே, நான் கைக்கூலி வாங்கிக்கொண்டு ஒரு சார்பாகப் பேசுகிறேனென்று தாங்கள் எண்ணுவது அறம் அன்று. மலையமான் இன்று உயிரோடு இல்லை. அவன் தயையை எதிர்நோக்கி நான் அவன் புகழைப் புனைந்துரைக்க வேண்டுமென்ற கட்டாயம் இல்லை. எங்களுக்கு எல்லாரும் நம்பினர். யாரும் பகைவர் இல்லை. உண்மையைச் சொல்வது எங்கள் அறம். இது அரசர்பிரானுக்கு இப்போது கசப்பாக இருக்கும். ஆராய்ந்து பார்த்தால் என்னுடைய வார்த்தைகளின் உண்மை விளங்கும். அதிகமாகப் பேச்சை வளர்த்த நான்தான் காரணமானேன். இதோ நான் விடை பெற்றுக் கொள்கிறேன்.

(புலவர் விரைவாகப் போகிறார்,தடியை ஊன்றிக்கொண்டு.)அரசன்:-புலவருக்கு எவ்வளவு கோபம் பாருங்கள்! எங்களிடம் கூலி வாங்கிப் பிழைத்த ஒருவனை என் முன்னிலையிலேயே புகழ்கிறார். உண்மையாம்! வீரமாம்! இவர்களையெல்லாங்கூடத் தன் பக்கத்தில் வைத்துக்கொண்ட மலையமான் மிகவும் பொல்லாத வகைத்தான் இருக்கவேண்டும். சரி, இனி அவனைப் பற்றி என்ன பேச்சு? ஒழிந்தான்! அவனுக்குப் பிறகு அவன் பெயரைச் சொல்லயாரும் இருப்பதாகத் தெரியவில்லை. பூண்டோடு நாசமாகி விட்டது அவன் குலம்.

மந்திரி:-(கனத்துக்கொண்டு) அரசே அவனுக்கு இரண்டு குமாரர்கள் இருக்கிறார்களாம்.

அரசன்:-(திடுக்கிட்டு) ஆ என்ன? பிள்ளைகளா? அவனுக்கா? அப்படி இருப்பதாக நான் கேள்விப் படவில்லையே! இருந்திருந்தால் அவர்களும் போரில் தலைகாட்டியிருப்பார்களே!.

மந்திரி:-அவர்கள் இளங்குழந்தைகளாம்.

அரசன்:-அப்படியா? (சிறிது யோசிக்கிறான்).....அட, அப்படியானல் நான் நினைத்தபடி அவன் குலம் நாச மாகவில்லையா? மழை விட்டும் தூவானம் விடவில்லை போலும்!...அமைச்சரே, எனக்கு ஒரு யோசனை தோன்றுகிறது. அப்படிச் செய்யலாமா?

மந்திரி:-அரசர்பிரான் ஆணையிடட்டும்.

அரசன்:-அவர்கள் சிறு குழந்தைகள் என்று சொல்கிறீரே. குழந்தைகளாக இருந்தாலும் நாளைக்குப் பெரியவர்களாகிவிட்டால் அவர்கள் தகப்பனப்போல அரசர்களுடைய அச்சத்துக்குக் காரணமாய் இருக்கக்கூடும். குட்டியாக் இருந்தாலும் பாம்பு பாம்புதான். சிறிய பாம்பானாலும் பெரிய தடிகொண்டு அடிக்க வேண்டும். ஆகவே, அந்தக் குழந்தைகளையும் தகப்பன் போன இடத்துக்கே அனுப்பிவிட்டால்......?

மந்திரி:-(திடுக்கிட்டு) என்ன! மன்னர்பிரான் சொல்வது விளங்கவில்லையே! அந்தக் குழந்தைகளைக் கொல்ல......

அரசன்:-அதுதான் சொல்கிறேன். முள்மரத்தைச் சிறியதாக இருக்கும்போதே களைந்துவிட வேண்டும்.

மந்திரி:-(தடுமாற்றத்துடன்) உ.ல...க ம் பழிக்குமே!

அரசன்:-என்ன? உலகமா? தனி மனிதனுக்கு உரிய அறம் வேறு; அரசியல் அறம் வேறு. நாளைக்கு அவர்கள் பெரியவர்களாகிப் பலபேருடைய நாசத்துக்குக் காரணமான பிறகு அவர்களை அழிக்க முயல்வதைவிட இப்பொழுதே செய்துவிடுவது மேல். சரி. தக்க ஆட்களைக் கொண்டு அந்தச் சிறுவர்களைச் சிறை யெடுத்து வர ஏற்பாடு செய்யும். . . .”

மந்திரி:-(குழப்பத்துடன்) அரசே சிறிது யோசித்து.

அரசன்:-யோசிப்பதற்கு ஒன்றும் இல்லை. அந்த இரண்டு பாம்புக் குட்டிகளையும நசுக்கிவிட வேண்டும். இதில் யோசனை செய்வது முட்டாள்தனம். சிறுவர்களைக் கொண்டு வர வேண்டியதுதான். வேறு பேச்சு இல்லை. போம்.

காட்சி 2

இடம்:-அரண்மனையை அடுத்த பரந்த வெளி, பெருங் கூட்டத்தின் ஆரவாரம். தூரத்தில் களிறு ஒன்று பிளறிக்கொண்டு நிற்கிறது, சங்கிலியாற் கட்டப்பட்டு. மற்றெரு பக்கம்,மலையமான் குழந்தைகள் இருவரும் அழுதுகொண்டு நிற்கிறார்கள். கூட்டத்தில் ஒருவர்:-என்ன ஐயா அக்கிரமம் கிள்ளி வளவனுக்கு இப்படியா புத்தி போகும்? சாமானிய மனிதன் கூட இந்தக் கொலை செய்ய அஞ்சுவானே!

மற்றொருவர்:- சிறு குழந்தைகளை இந்த யானைக் காலால் இடறச் சொல்லிக் கட்டளை யிட்டிருக்கிறானே! இவனுடைய குலம் விளங்க வேண்டாவா? பச்சைப் பசும் பாலகர்கள்; ஒன்றும் அறியாத குழந்தைகள். இவர்கள் என்ன பாவத்தைக் கண்டார்கள்? இவர்களுடைய தகப்பன் இந்த அரசனுக்குப் பகைவன் என்றுல் அதற்கு இவர்களிடமா பழி தீர்த்துக் கொள்வது?. வீரம் இருந்தால் மலையமானைச் சிறைப் பிடித்திருக்கலாமே! அவன் இருந்தபோது எல்லாரும் அடங்கிக் கிடந்தார்கள். இப்போது குழந்தைகளிடம் தங்கள் அரக்க இயல்பைக் காட்டு கிறார்களே!

முதலில் பேசியவர்:-மலையமானையா சிறைப் பிடிப்பது? மலையமான் இறந்து போயும் இவனை மருள வைக்கிறானே! அவனல்லவா வீரன்? இவன் அரசன்? மனித உணர்ச்சி உள்ளவனா? குழந்தைகளைப் பெற்றவனா?

இரண்டாமவர்:-யாரேனும் வளவனை அணுகி இது அடாத செயல் என்று சொல்லக்கூடாதா?

முதல்வர்:-மந்திரிமார்கள் சொன்னர்களாம். இது சம்பந்தமாக அவைக்களப் புலவர்கூட அரசனிடம் கோபங்கொண்டு அரண்மனைக்கு வருவதில்லையாம்.

(குழந்தைகள் அழுகின்றன. மக்கள் ஆரவாரம் செய்கின்றனர்.)

இரண்டாமவர்:-ஐயோ! பாவம் குழந்தைகள் கதறுகின்றன. குழந்தைகளைத் தெய்வமாகப் போற்றும் இந்த நாட்டில் இத்தகைய அதர்மச் செயல் நடப்பது நல்லதற்கு அல்ல. இதைப் பார்ப்பதைவிட நம் கண்களைப் பிடுங்கிக் கொண்டு விடலாம்.

(ஆரவாரம். கோவூர் கிழார் என்ற சத்தம்)

கூட்டத்தில் ஒருவர்: -புலவர் பிரான் கோவூர் கிழார் வரு கிருராம். அரசனுக்கு அறிவுரை கூற வருகிறார் போலும்! கடவுளே இவரை அனுப்பியிருக்கிறார்.

கோவூர் கிழார்:-(விரைவாக நடந்துகொண்டே) அரசன் எங்கே? குழந்தைகள் எங்கே? இன்னும் தண்டனையை நிறைவேற்ற வில்லையே?

உடன் வருபவர்:-இல்லை இல்லை; நிறைவேற்றக் காத்து நிற்கிறார்கள். அரசன் அதோ அரண்மனையின் மேல்மாடத்திலிருந்து பார்த்துக்கொண்டு நிற்கிறான். கூட்டம் அதிகமாக இருக்கிறது. மக்களுடைய உள்ளக் கொதிப்பு மிகுதியாகி வருகிறது.

கோவூர் கிழார்:-அரசனிடம் நான் வருவதாகச் சொல்லி அனுப்புங்கள்; கூட்டத்தைச் சற்றே விலக்குங்கள்.

உடன் வருபவர்:-சற்று விலகுங்கள்; வழி விடுங்கள்.

(அரசன் கோவூர் கிழாரை வரவேற்க - எதிர்கொண்டு வருகிறான்.)

கோவூர் கிழார்:-கிள்ளிவளவன் புகழ் மங்காமல் ஓங்குக!

அரசன்:-என்ன, அப்படித் தங்களுக்கு மூச்சு வாங்குகிறதே உடல்நிலை சரியாக இல்லையோ?

கோவூர் கிழார்:-வேகமாக வந்தேன். நல்ல வேளை. சரியான சமயத்தில் வந்து சேர்ந்தேன். என் உடல் நிலை சரியாகவே இருக்கிறது. உள்ள நிலைதான் சரியாக இல்லை. தயை செய்து அரசர்பிரான் என் சிறு விண்ணப்பத்தைக் கேட்டருள வேண்டும். இப்போது செய்யத் தொடங்கிய காரியத்தைச் சிறிது நிறுத்தி வைக்க வேண்டும். நான் இரந்து கூறுவதைச் செவியேற்ற பிறகு திருவுள்ளத்துக்கு எது உடன்பாடோ அதைச் செய்யலாம்.

அரசன்:-ஓ! இதுவா? பகைவரால் அச்சம் நேராமல் நாட்டைப் பாதுகாப்பது அரசன் கடமை. அந்த நீதி பற்றி நான் இதை

மேற்கொண்டேன். தாங்கள் இவ்வளவு வேகமாக வந்து ஒரு கருத்தைச் சொல்லப் புகும்போது நான் கேளாமல் இருப்பேனா? சொல்லுங்கள்.

கோவூர் கிழார்:-அரச நீதியை மன்னர்பிரான் உணர்ந்தது பற்றி உவகை கொள்கிறேன். அதனை முற்றும் உண்ரவேண்டும் என்பதுதான் என் கருத்து. வளவர் பெருங்குலம் வழிவழியாகப் புகழை ஈட்டி வருவது. அரசர்பிரானுடைய முன்னேர்களில் ஒவ்வொருவரும் உலகம் அறிந்த புகழை உடையவர். பிற உயிரைத் தம் உயிர்போல் எண்ணும் பேரருளாளர். ஒரு புறாவுக்காகத் தன் உடம்பின் தசையை அறுத்துத் தந்த சிபியின் புகழ் இன்று இதிகாசத்தை உண்டாக்கியிருக்கிறது. அவனுடைய பரம்பரையில் வந்த பெருமான் நம் மன்னர்பிரான் என்பதை நினைக்கையில் என் உள்ளம் பெருமிதம் அடைகிறது. இக்குல முதல்வோர் மனித சாதிக்கு வந்த இடுக்கண்கள் பலவற்றை நீக்கியிருக்கிருர்கள். - '.

(குழந்தைகள் அழுகிறார்கள். மக்களின் - ஆரவாரம்.)

கூட்டத்தில் ஒருவர்:-(மெல்லிய குரலில்) கோவூர் கிழார் வந்துவிட்டார். இனி இந்த அரசன் என்ன செய்யப் போகிறான், பார்க்கலாம். கோவூர் கிழார்:-கருணையாளர் வழிப்பிறந்த தோன்றலே, இதோ அழுகிற குழந்தைகள் யாரென்பதை யோசித்துப் பார்க்க வேண்டும். இவர்கள் குலம் மன்னர் பிரான் குலத்துக்கு எதிர் நிற்பதா? தங்களுக்குக் கிடைத்தவற்றை நாளக்கு என்று வைக்காமல் புலவர்களுக்குக் கொடுத்துவிடும் பரம்பரையிலே பிறந்தவர்கள் இவர்கள்.

கூட்டத்தில் ஒருவர்:-(மெல்ல) அரசனுக்குச் சொல்லாமல் சொல்கிறார் ஐயா! கவனியும். நீ அவர்களைக் கொன்றால் புலவர்கள் சாபத்துக்கு ஆளாவாய் என்பதைச் சொல்லாமல் சொல்கிறார்; தெரிகிறதா?

கோவூர் கிழார்:-இவர்களுடைய தந்தையின் வீரமும் கொடையும் ஒரு பால் இருக்கட்டும். இந்தக் குழந்தை களைச் சற்று உற்று நோக்கும்படி அரசர் பெருமானைக் கேட்டுக் கொள்கிறேன். இவர்கள் முகத்தில் பால் வடிகிறதே பச்சைக் குழந்தைகள்! இவர்கள் தங்களுக்கு நேரப்போகும் துன்பத்தை நினைந்து அழவில்லை.

எதற்காகத் தங்களைக் கொண்டு வந்திருக்கிறார்கள் என்பதை உணர்ந்து கொள்ளக் கூட இவர்களுக்குப் பருவம் வரவில்லை. பாவம்! கூட்டத்தைக்கண்டு, எல்லாம் புதிதாக இருக்கிறதனால் அழுகிறார்கள்.

(களிறு பிளிறுகிறது. குழந்தைகள் அழுகையை நிறுத்துகிறார்கள்.)

அதோ, மன்னர்பிரான் தம் அருள் விழிப் பார்வையைச் சற்றே இக்குழந்தைகளின்மேல் செலுத்தட்டும். யானையைக் கண்டு இவர்கள் அழுகையை மறந்துவிட்டார்கள். அழுகிற குழந்தைகள் பொம்மையைக் கண்டு சமாதானம் அடையவில்லையா? இவர்கள் பாவம்! தங்கள் உயிரை வாங்குவதற்காக வந்து நிற்கும் யானையைக் கண்டு, முன்பு அழுத அழுகையைக்கூட நிறுத்திவிட்டு வேடிக்கை பார்க்கிறார்கள். எவ்வளவு புனிதமானவர்கள்! என்ன பேதைமை! அரசர்பிரான் ஒன்றும் அறியாத இந்தக் குழந்தைகளைக் கண்டு மருண்டு இவர்களுடைய உயிரையே போக்கத் துணிகையில், இந்தக் குழந்தைகளோ உண்மையிலே தங்கள் உயிரை வாங்க வந்த யானையைக் கண்டு வேடிக்கை பார்க்கிறார்களே! இது இரங்கத் தக்கது அல்லவா? மன்னர் பிரான் திருவுள்ளத்தில்......

வளவன்:- *(கனைத்துக்கொண்டு உரத்த குரலில்)* அமைச்சரே, தண்டனையை நிறுத்துங்கள். குழந்தைகளை விடுதலை செய்யச் சொல்லுங்கள். *(தழுதழுத்த குரலுடன்)* புலவர் பெருமானே! என்னைத் தாங்கள் பழியினின்றும் விடுவித்தீர்கள். என் மனநிலை சரியாக இல்லை. என் வாழ்த்தைத் தங்களுக்குச் சமர்ப்பிக்க வேண்டும்....மற்றொரு முறை சந்திக்கிறேன்.

(அரசன் வேகமாகப் போய்விடுகிறான். கோவூர் கிழார் வேகமாகச் சென்று குழந்தைகளைக் கட்டிக்கொள்கிறார்.)

கோவூர் கிழார்:- இன்று கடவுள் திருவருளால் நீங்கள் உயிர் பிழைத்தீர்கள்.

(குழந்தைகள் அழுகை)

(கூட்டத்தில் கோவூர் கிழார் வாழ்க!" என்ற முழக்கம்.)

5. வாழைப் பாட்டு

கும்பகோணத்துக்குத் திருக்குடந்தை என்ற பெயர் உண்டு; அது தமிழ்ப் பெயர். அந்த ஊருக்கு ஒரு முறை தமிழ் மூதாட்டியாராகிய ஔவையார் வந்தார். ஔவையாரைக் கலைமகளின் அவதாரம் என்று தமிழ் நாட்டினர் எண்ணி மதித்துப் பாராட்டி வந்தனர். அவரை எதிர்கொண்டு அழைத்துச் சென்று வேண்டிய உபசாரங்கள் செய்வதைப் பெரிய பேருக யாவரும் நினைத்தனர்.

ஔவையார் எங்கேயாவது போனால் அவரைத் தனியே செல்லும்படி யார் விடுவார்கள்? எப்போதும் அவருடனே தமிழ்ப் புலவர்களும் தமிழ் மாணாக்கர்களும் தமிழ்ச் சுவை தேர்ந்து இன்புறுகிறவர்களும் இருப்பார்கள். ஔவையார் பேசுகிற ஒவ்வொரு சொல்லும் அவருடைய கல்வித் திறமையைக் காட்டும் என்ற நினைவால் அவரிடம் பேச்சுக் கொடுத்து அவருடைய நல்லுரையை வருவிக்கச் சிலர் விரும்புவார்கள். அவர் உள்ளம் கனிந்து ஏதேனும் கவி பாடும்போது அதைக் கேட்டு இன்புற வேண்டும் என்ற ஆர்வத்தோடு சிலர் அவரைச் சுற்றிச் சுற்றி வருவார்கள். திருக் குடந்தை அப்போதும் பெரிய நகரமாக இருந்தது. ஆதலால் அந்த நகரத்துக்கு ஔவையார் வந்தபோது ஒரு சிறிய கூட்டம் எப்போதும் அவருடனே இருந்து வந்ததில் வியப்பு ஒன்றும் இல்லை.

பல அன்பர்கள் ஔவையாரைத் தம்முடைய இல்லத்துக்கு அழைத்துச் சென்றனர். யார் அன்போடு அழைத்தாலும் செல்லும் இயல்புடைய தமிழ் மூதாட்-டியார் அவர்கள் செய்த உபசாரங்களை ஏற்று மகிழ்ந்தார். இவ்வாறு அவரை அழைத்து விருந்து வழங்கிக் கொண்டாடியவர்களில் மருத்த ைர் என்பவர் ஒருவர். அவர் விருந்தினருக்கு உணவளித்து உபசரிப்பதில் வல்லவர். இல்லறத்தின் பயன் விருந்தினர்களுக்கு உணவு அருத்துவதே என்ற நோக்க முடையவர். பெரிய செல்வராக இராவிட்டாலும் தமக்கு இருந்த ஓரளவு பொருளைக் கொண்டு பசித்தவர்களுக்கு உணவு அளித்து அதில் வரும் உவகையைப் பெரிதென எண்ணி வாழ்ந்து வந்தார். - ஔவையார் மருத்தனர் வீட்டுக்குப் போனர். அந்த உபகாரி கடவுளையே நேரில் கண்டவர் போல உடம்பு பூரிக்க உவகைக்

கண்ணிர் பெருக அப்பிராட்டியாரை வரவேற்ருர். அவருடன் வந்த அன்பர்களும் அங்கே விருந்துண்டார்கள்.

உணவுகொண்ட பிறகு சிறிது நேரம் ஒளவையார் அங்கே தங்கியிருந்தார். மருத்தனர் தம் வீட்டுப் புழைக்கடையில் வாழைத்தோட்டம் போட்டிருந்தார். ஒளவையார் அங்கே சென்று பார்த்தார். வாழை மரங்கள் பல, இலைகளே இல்லாமல் இருந்தன. பலவற்றில் தாறுகளை வெட்டியிருந்தனர்.

உடன் இருந்த அன்பர்கள் சிலர் மருத்தனுருடைய அன்னதானத்தைப் பாராட்டினர். "இந்த வாழைத்தோட்டந்தான் இவருக்குக் கற்பகக் காடாக உதவுகிறது. எந்தச் சமயத்தில் யார் வந்தாலும் இலையோடு பூவோ காயோ இதிலிருந்து பறித்து, வந்தவரை உபசரிக்கிருர். அதனுல்தான் பல மரங்கள் மொட்டையாக இருக் கின்றன" என்று ஒருவர் சொன்னர். வாழைத் தோட் டத்தின் காட்சி அவர் கூறியதை மெய்ப்பித்தது. - சிறிது நேரம் மருத்தனுர் வீட்டில் இருந்துவிட்டு ஒளவையார் விடைபெற்றுப் புறப்பட்டார். மருத்தனார் வாழ்ந்த தெருவுக்கு அடுத்த தெருவில் திருத்தங்கி என்ற ஒருவர் வாழ்ந்து வந்தார். அவரும் மருதனாரும் உறவினர்கள். ஆனால் இயல்பில் இரண்டு பேரும் மாறுபட்டவர்கள். திருத்தங்கி என்ற பெயரே அவருக்கு ஊர்க்காரர்கள் வைத்தது. அவருடைய தாய் தகப்பனர் வைத்த பெயர் இன்னதென்பதே யாவருக்கும் மறந்து போய்விட்டது. யாருக்கும் இம்மியளவும் ஈயாத உலோபியாக அவர் இருந்தார். அதனால் அவரிடம் செல்வம் தங்கியிருந்தது. அதுபற்றியே திருத்தங்கி என்ற பெயரை மற்றவர்கள் அவருக்கு இட்டு வழங்கினார்கள். அந்தப் பெயர் குறிப்பாகத் தம் உலோபத் தன்மையைக் காட்டுகிறதென்பதை அவர் சிறிதும் எண்ணவில்லை. தம்மிடத்தில் எப்போதும் திருமகள் விலாசம் இருப்பதாக மக்கள் பாராட்டுகிறார்கள் என்றே எண்ணிக்கொண்டார். அறிவாளிகள் உலோபி, கஞ்சன், அறுத்த கைக்குச் சுண்ணும்பு கொடுக்காதவன் என்று வைவார்கள்? நயமாகத் திருத்தங்கி என்று வையாமல் வைதார்கள். அந்த நுட்பம் திருத்தங்கியாருக்குத் தெரியவில்லை.

தம்முடைய உறவினராகிய மருத்தனாரைக் கண்டால் அவருக்குப் பிடிக்காது. "பணத்தின் அருமை தெரியாமல் ஊராருக்கெல்லாம் பொங்கிக் கொட்டுகிறான் என்று சொல்லி ஏளனம் செய்வார். ஆனல்

மக்கள் மருதனாரப் பாராட்டுவதைக் கேட்கும்போது மாத்திரம் அவருக்குப் பொறாமை உண்டாகும்.

திருத்தங்கியும் தம் வீட்டுக்குப் பின்புறத்தில் வாழைத் தோட்டம் போட்டிருந்தார். எப்படிப் பக்குவமாக அதற்கு நீர் பாய்ச்சி உரமிட்டு வளர்க்க வேண்டுமோ அப்படிச் செய்தார். அதில் ஒரு தூசியைக் கூடப் பிறருக்கு உதவுவ்தில்லை. மரங்கள் தளதள வென்று வளர்ந்து நீண்ட் குலைகளைத் தாங்கி நின்றன. சிலவற்றைக் குலைகளிலே பழுக்கும்படி விடுவார். தக்க சமயம் அறிந்து அவற்றை வெட்டிவிடுவார். ஒரு சீப்புப் பழத்தையாவது கடவுளுக்கு நிவேதனம் செய்து உண்ண மாட்டார். எல்லாவற்றையும் காசாக்கவேண்டும் என்பதே அவர் நோக்கம்.

அவருக்கும் ஔவையார் தம் ஊருக்கு வந்திருப்பது தெரிந்தது. மருத்தனார் வீட்டுக்குச் சென்றதையும் அங்கே விருந்துண்டதையும் கேள்வியுற்றார். "நாமும் அந்தப் பாட்டியை அழைத்து வரலாம்" என்று அவருக்கு ஓர் எண்ணம் உண்டாயிற்று. அந்த மூதாட்டி யாருடன் பல பேர் வருவகைக் கேட்டபோது, அவ்வளவு பேரும் உணவுண்ண உட்கார்ந்தால் என்ன செய்வது என்ற அச்சம் எழுந்தது. ஆகவே, மருத்தனார் ஓர் வீட்டில் அவர்கள் உணவு கொண்ட பிறகு அவரை வருவித்தால் அதற்கு அவசியம் இராது என்று நினைத்து, அப்படியே அந்தச் சமயத்தில் ஓர் ஆளை அனுப்பினர்.

வந்தவர் ஔவைப் பிராட்டியாரைத் திருத்தங்கியின் வீட்டுக்கு வர வேண்டுமென்று அழைத்தார். அப்போது உடனிருந்த சிலர், "அந்த உலோபி வீட்டுக்கா?" என்று முணுமுணுத்தனர். அதை ஔவையார் கவனித்தார். கூப்பிடுகிற இடத்துக்குப் போவதனால் என்ன கேடு வந்துவிடப் போகிறது என்று அவர் வருவதாகச் சொல்லியனுப்பினார். மருத்தனாரிடம் விடை பெற்றுக் கொண்டவுடன் நேரே திருத்தங்கியின் வீட்டுக்குச் சென்றார்.

அந்த வீட்டுக்குள்ளே புகும்போது திருத்தங்கி எதிர்கொண்டு அழைத்தார். வீட்டைப் பார்த்தால் எங்கும் பளபளவென்று இருந்தது. கணத்துக்கு ஒரு முறை துடைத்து வைத்திருப்பார் என்று தோன்றியது. ஔவையாரை ஓர் இருக்கையில் அமரவைத்தார்,

திருத்தங்கி. உங்கள் வீடு புதுக்கருக்கு அழியாமல் இருக்கிறது" என்றுர் ஔவையார்.

"ஆம், உழைத்து ஈட்டிய பொருளைக் கொண்டு வீடு கட்டுகிறோம் நாம் வாழ்வதற்காகக் கட்டுகிறோம். கண்ட பேரை இங்கே வரும்படி அழைத்து, அவர்கள் இதன் அருமை தெரியாமல் குப்பை போட ஆரம்பித்தால் வீடு எதற்காகும்? 'பொருள்தனைப் போற்றிவாழ்' என்று நீங்கள் அருளிய திருவாக்கை நான் கடைப்பிடிக்கிறேன்" என்று திருத்தங்கி கூறினார்.

"பிறருக்குக் கொடுக்காத உலோபத்தனம் தம்மிடம் இருப்பதைப் பெருமையாகச் சொல்லிக்கொள்கிறாரே இந்த மனிதர்" என்று கூட்டத்தில் இருந்த சிலர் நினைத்தனர்.

"பாட்டியின் அமுதத் திருவாக்குக்கு இந்த உலோபி தவறாக அல்லவா பொருள் கொண்டிருக்கிறான்? பொருள்தனைப் போற்ற வேண்டும்; போற்றி வாழ வேண்டும். இவன் எங்கே வாழ்கிறான்?" என்று சிலர் எண்ணினர்.

ஔவையார் திருததங்கியின் பேச்சைக்கேட்டுப் புன்முறுவல் பூத்தார்.

"தாங்கள் மருத்தன் வீட்டுக்குப் போனதாகச் சொன்னர்கள். வாழத் தெரியாத மனிதன் அவன். வீடு முழுவதும் எச்சிலுந் துப்புமாக இருக்கும். எப்போதும் சோம்பேறிகளுக்குச் சோறு போடுவதும் அவர்கள் படுத்துப் புரளுவதற்கு இடம் கொடுப்பதுமாக அவன் இருக்கிறான். வீட்டைத்தான் தாங்கள் பார்த்திருப்பீர்களே! கண்ணுல் காணச் சகிக்கிறதா? அவன் வீட்டு வாழைத் தோட்டத்தைப் பார்த்தீர்களா?"

"பார்த்தேன்."

"இங்கே நானும் வாழைத் தோட்டம் போட்டிருக்கிறேன். வாழையை எப்படிவளர்க்க வேண்டும் என்று -

அந்த முட்டாளுக்குத் தெரியாது. நான் கண்ணைப்போல் காத்து வருகிறேன். தாங்கள் வந்து பார்த்து எனக்கு ஆசி கூறவேண்டும்" என்றார் திருத்தங்கி.

'அதையும் பார்த்துவிடுவோம்' என்று ஔவையார் எழுந்தார். பின்புறத்துத் தோட்டத்துக்குத் தமிழ்ப்பாட்டியாரை அழைத்துச் சென்றார், உலோபியர் சிகாமணி. தோட்டத்தை ஔவையாரும் பிறரும் பார்த்தார்கள். வாழை மரங்கள் நன்றாக வளர்ந்து குலை தள்ளிக் கண்ணைப் பறிக்கும் வகையில் நின்றுகொண்டிருந்தன. மறுபடியும் கூடத்திலே வந்து அமர்ந்தார்கள்.

கூட்டத்திற் சிலர், 'அட படுபாவி! இத்தனை வாழைப் பழங்கள் மரத்திலே பழுத்திருக்கும்போது இந்தப் பிராட்டியாருக்குச் சில பழங்களைக் கொண்டு வந்து கொடுக்க மனம் வரவில்லையே!' என்று தமக்குள் அந்தச் செல்வரை வைதனர்.

திருத்தங்கி ஔவையாரைப் பார்த்து மிகவும் பணிவோடு பேசத் தொடங்கினர். "இப்போது தாங்கள் பார்வையிட்ட வாழைத் தோட்டம் எவ்வளவு நன்றாக இருக்கிறது ஏதோ தாங்கள் நல்ல மனசு வைத்து இங்கே எழுந்தருளி என் வாழைத் தோட்டத்தையும் பார்த்தீர்கள். இது என் பாக்கியம். தாங்கள் இங்கே வந்தீர்கள், என் தோட்டத்தைப் பார்த்தீர்கள் என்று நாளைக்கு நான் யாரிடமாவது சொன்னால் நம்பமாட்டார்கள். நான் யாரையும் அழைப்பதில்லை; தோட்டத்தைக் காட்டுவதும் இல்லை. தாங்கள் இங்கே வந்ததற்கு ஓர். அடையாளம் வேண்டாவா? தங்கள் திருவாக்கால் அடியேனுக்கு ஆசி கூறி ஒரு பாட்டுப் பாடவேண்டும்" என்று கேட்டுக்கொண்டார். அப்போது அவர் முகத்தில் அசடு வழிந்தது.

"ஆள் கெட்டிக்காரன் ஐயா! இவனுக்குப் பாட்டு வேறு வேண்டுமாம்!" என்று சிலர் ஆத்திரப்பட்டனர்.

ஔவையார் புன்னகை பூத்தவாறே, "அப்படியா? பாட்டுத்தானே வேண்டும்? இதோ பாடுகிறேன்" என்று சொல்லிப் பாட்டைச் சொல்ல ஆரம்பித்தார்.

உடன் இருந்தவர்களுக்கெல்லாம் தூக்கி வாரிப் போட்டது. 'இது என்ன! உண்மையாகவா இந்தத் தமிழ்ப் பெருமாட்டியார் இவனைப்

பாடப் போகிறார்?" என்று ஒருவரை ஒருவர் தம் பார்வையாலே கேட்டுக் கொண்டனர்.

ஔவையார் உண்மையிலேயே ஒரு பாட்டைச் சொன்னார். அதில் அவருடைய சாதுரியம் நன்றாக விளங்கியது.

திருத்தங்கி வளர்க்கும் வாழையையும் மருத்தனர் வீட்டு வாழையையும் பற்றி அவர் பாடினார். எப்படிப் பாடினார்? அதுதான் சுவையான செய்தி.

'இந்தத் திருத்தங்கியின் வாழை எங்கே? அந்த மருத்தனுடைய வாழை எங்கே? மருத்தனுடைய வாழை வளர்ந்து பூத்துக் காய்த்துப் பழுத்துத் தேன் சொட்டச் சொட்ட நிற்கிறது. மருத்தனுடைய வாழையோ! அதை என்னவென்று சொல்கிறது? வாழையாகவா தோற்றமளிக்கிறது? மரம் இருக்கிறதே ஒழிய, இலை இல்லை: பூவே இல்லை; காய் எங்கே இருக்கப் போகிறது? குருத்தைக்கூட அல்லவா மொட்டையாக்கிவிட்டான்?' இப்படி விரிவாக எண்ணும்படி பாட்டு வந்தது.

திருத்தங்கி தன்வாமை தேம்பழுத்து நிற்கும்
என்று வெண்பா ஆரம்பமாயிற்று. அதைக் கேட்ட அந்த உலோபி மனம் மகிழ்ந்தார். 'பாட்டின் தொடக்கத்திலேயே நம்புகழை வைத்துவிட்டார்' என்று களித்தார். மேலே பாட்டு வளர்ந்தது.

மருத்தன் திருக்குடகதை வாழை-குருத்தும்
இலையும்இல பூவும் இலே காயும்இலை

திருத்தங்கியின் காதில் இந்த அடிகள் விழுந்த போது அவருக்குப் பின்னும் ஆனந்தம் உண்டாயிற்று. 'ஆகா! நன்றாகச் சொன்னார். அந்தப்பயலை அப்படித்தான் மட்டந் தட்ட வேண்டும்' என்று குதூகலித்தார். உடன் இருந்தவர்கள் பாட்டு எப்படி முடியப் போகிறது என்று ஆவலோடு எதிர்பார்த்தார்கள். -

மருத்தன் திருக்குடந்தை வாழை-குருத்தும்
இலையும் இலே பூவும் இலே காயும்இலை, என்றும்
உலகில் வருவிருந்தோர் உண்டு.

உற்சாகத்தில் சேதுபதி தந்த சம்மானங்களைப் பெற்று வாழ்ந்த வாழ்வு ஆகுமா?.

அந்தக் காலம் இனிமேல் வருமா? ஒரு துறைக் கோவையென்று புலவர் உலகத்தில் பேச்சு வந்தால் அது இரகுநாத சேதுபதியின் ஒரு துறைக் கோவையைத் தானே இன்றும் குறிக்கிறது? புலவர் ஆளுக்கோர் ஒரு 'துறைக்கோவை பாடினாலும் அதற்குச் சமானம் ஆகுமா?

அவள் நினைத்துப் பார்க்கிறாள். நூலை அரங்கேற்றிய போது நானூறு பாட்டுக்கும், சேதுபதி மன்னர் நானூறு பொன் தேங்காயை உருட்டிவிட்டாரே! இதைக் கதையிலேகூடக் கேட்டதில்லையே! இடையே ஒரு பாட்டைச் சொல்லும்போது, "இதை நன்றாக உடைத்துப் பார்த்துச் சுவைக்க வேண்டும்; மற்றப் பாட்டுக்களைப் போல எண்ணக்கூடாது" என்று கவிராயர் சொன்னார். சுவையறியும் செம்மலாகிய அரசர் சொன்னதுதான் மிக மிக ஆச்சரியம். "தெரியும்; நமக்கு இதன் அருமை தெரியும் என்பதையும், இந்தப் பாட்டை உடைத்துப் பார்த்து இது மாணிக்கம் போன்ற பொருளை உடையதென்று உணர்ந்ததையும் இப்போது உருட்டிய தேங்காய் சொல்லும்; அதை உடைத்துப் பார்த்தால் தெரியும்" என்று. மன்னர் சொன்னர். தேங்காயை உடனே உடைத்துப் பார்த்தால், உள்ளெல்லாம் மாணிக்கக் கற்கள்! அந்த மாதிரி நிகழ்ச்சி உலகத்தில் சில காலங்களில்தான் நிகழக்கூடும். அந்தக் கவிராயரைப் பிரிந்து அவள் வாழ்வது கிடக்கட்டும்; "பாட்டுக் கிசைந்த இரகுநாத சேதுபதி" எப்படி வாழ்கிறார்? சேது நாட்டில் கவிராயர் பலர் உண்டு; வெளியூரிலிருந்தும் வருவார்கள். ஆனால் அமிர்தகவியின் அமுத கவி இருந்தால்தான் அரசருக்கு இன்பம் நிறைவு அடையும்.

இந்தப் பழங்கதையையெல்லாம் அவள் நினைத்துப் பார்த்தாள். அந்த நினைவுலகத்திலிருந்து உண்மை உலகத்துக்கு இறங்கி வருகையில் நிலை குலைந்து பெரு மூச்சு விடுகிறாள். வேறு என்ன செய்வாள் பாவம்!

கவிராயர் மனைவியை இரகுநாத சேதுபதி அருமையாகப் பாதுகாத்து வந்தார். கவிராயர் இல்லாத குறையைத் தவிர அந்தப் பெண்மணிக்கு வேறு ஒன்றாலும் குறை வைக்கவில்லை. அந்த

அம்மைக்குத் தன் குழந்தையிடம் இருந்த அன்பு பெரிதுதான்; ஆனாலும் அமிர்த கவிராயர் கான்முளை வருங்காலத்தில் அவர் பெயரைக் காப்பாற்றுவான். நாட்டுக்குப் புகழ் உண்டாக்குவான் என்ற ஆர்வத்தோடு சேதுபதி அந்தக் குழந்தையைப் பாதுகாக்க வேண்டிய வசதிகளைச் செய்து கொடுத்தாரே; அது மாத்திரம் சாமானியமான அன்பா?

அரண்மனைக்கு அருகில் அந்த வீடு இருந்தது. கவிராயருடைய மனைவி ஒரு கிழவியோடு வாழ்ந்து வந்தாள். கூடத்திலே தொட்டிலைக் கட்டி அதிலே குழந்தையை விட்டுத் தாலாட்டிக்கொண்டிருந்தாள். கூடத்துச் சுவரின் சாளரத்து வழியே பார்த்தால் அரண்மனையின் மேற்பகுதி தெரியும்.

பழைய நினைவிலே தோய்ந்தெழுந்த உள்ளத்தில் உற்சாகம் பிறக்கும்; உடனே தன்னையும் அறியாமல் உரத்த குரலிலே அவள் தாலாட்டைப் பாடுவாள்,

அப்போது அவள் கண்ணில் திடீரென்று ஒரு மருட்சி தோன்றியது. தொட்டிலின்மேல் அவள் கண் ஓடியது; அப்பால் சுவரிலே பாய்ந்தது; சாளரத்திலே சென்றது; அதனூடே கூர்ந்து கவனித்தது. சாளரத்தின்வழியே வந்த ஓர் ஒளிதான் அவளை அப்படிப் பார்க்கச் செய்தது. ஒளிக்கதிர் தொட்டிலின் மேலே விழுந்ததை அவள் கண்டாள். சாளரத்தின் வழியே அந்தக் கதிர் வந்தது. எங்கிருந்து வந்ததென்று ஆராய்ந்தாள்.

அரண்மனையின் மேல்மாடியிலே இரகுநாத சேதுபதி கைபிடிச் சுவரின் மேலே சாய்ந்துகொண்டு தாலாட்டுப் பாட்டைக் கேட்டு இன்புற்றுக் கொண்டிருந்தார். கை பிடிச்சுவரின்மேல் வைத்த கையில் மிக உயர்ந்த 'கற்கட்டு மோதிரம் அணிந்திருந்தார். எதிரே வீசிய கதிரவனது கதிர் அதிலே பட்டுப் பளபளத்தது. அதிலிருந்து கிளம்பிய கதிர் அவர் உள்ளத்தைப் போலச் சாளரத்தின் வழியே புகுந்து தொட்டிலிலே படர்ந்தது.

கவிராயர் மனைவி உண்மையை உணர்ந்தாள். ஆனாலும் அதைத் தெரிந்துகொண்டதாகக் காட்டிக் கொள்ளவில்லை. பழைய நினைவுகளைச் சற்று மறந்து பாட்டிலே நிலைகொண்டாள். பழைய

பாட்டோடு புதிய பாட்டையும் இணைத்துப் பாடினாள். கவிராயர் மனைவி அல்லவா?

அதுவரையில் தம்மை மறந்து கவனித்துக்கொண்டிருந்த மன்னர் திடீரென்று உடம்பு குலுங்க நிமிர்ந்து நின்றார். பாட்டின் ஒரு கண்ணி அவரை அப்படிச் செய்துவிட்டது. ஆம், அந்தப் பெண்மணி, இதோ மூன்றாம் முறையாகப் பாடுகிறாள்:

"திக்கெட்டும் போற்றிசெய்யும்
சேதிபதி ராசேந்திரன்
கற்கட்டு மோதிரத்தைக்
காண்டாசைப் பட்டாயோ"

என்ற கண்ணி இப்போது தெளிவாக அவர் காதில் விழுந்தது. ஒவ்வொரு சொல்லும் மணி மணியாக அந்தப் பெண்ணின் வாயிலிருந்து உதிர்ந்தது. அப் போது அரசருடைய கண்ணிலிருந்து இரண்டு துளி நீர் உதிர்ந்தது.
"கம்பன் வீட்டுக் கட்டுத் தறியும் கவி பாடும்" என்ற பழமொழி அவர் நினைவுக்கு வந்திருக்கவேண்டும். விறுவிறுவென்று இறங்கினார். கீழே போய் ஓர் அழகிய தட்டில் பணமும் ஆடையும் வைத்தார்; தம் கையிலே இருந்த மோதிரத்தைக் கழற்றி அவற்றின் நடுவிலே வைத்தார். தக்க மனிதர் ஒருவரை அழைத்து, "இதோ பாரும்; கவிராயர் மனைவியாரிடம் கொண்டு போய்க் கொடும். கற்கட்டு மோதிரத்தைக்கண்டு ஆசைப்பட்ட குழந்தைக்கு மன்னர் சம்மானம் செய்திருக்கிறார் என்று சொல்லும்" என்று தழுதழுத்த குரலிலே கூறி அனுப்பினார்.

"மன்னர்பிரான் உங்கள் குழந்தைக்குச் சம்மானம் இது என்று சொல்லி அனுப்பியிருக்கிறார்" என்ற வார்த்தைகளோடு அந்த முதியவர் கவிராயர் மனைவியின் முன்னே நின்றார். அவள் இதை எதிர்பார்த்தவள் அல்லவே! மன்னர் இருப்பதைத் தெரிந்துகொண்ட குறிப்பையல்லவா அவள் வெளியிட்டாள்? ஆனால், மன்னர், தமிழருமை தெரிந்த சேதுபதி, இப்படி யல்லவா செய்துவிட்டார்!"

அவளுக்கு நன்றியுரை கூற வாய் எழும்பவில்லை. தட்டோடு வாங்கிக் கண்ணில் ஒற்றிக்கொண்டாள். அந்தக் கற்கட்டு

மோதிரத்தைத் தனியே எடுத்து ஒற்றிக் கொண்டாள். அது அவள் கண்ணீரினால் நனைந்து போயிற்று.

7. பகதூர் தொண்டைமான்

கொங்கு நாட்டில் அங்கங்கே குறுநில மன்னர்களாக வாழ்ந்த பலர் அவ்வப்போது மன்னர்களுக்கு உறுதுணையாகச் சென்று அவர்கள் செய்த போரில் உதவிசெய்து பகையை ஒழித்து வெற்றிபெறச் செய்திருக்கிறார்கள். அம்மன்னர்கள் தம்முடைய படைவீரர்களையும், துணையரசருடைய படைவீரர்களையும் கூட்டிப் போர் செய்வதோடு, தனியே வீரர்களாக வாழ்பவர்களையும் அழைத்துப் போரில் துணையாகும்படிச் செய்வார்கள். பழங்காலத்தில் வாழ்ந்திருந்த மலையமான் திருமுடிக்காரி முதலிய வீரர்கள் அவ்வண்ணம் துணையாகச் சென்று மன்னர்களுக்கு உதவி புரிந்தார்கள்.

ஒரு சமயம், சோழ அரசன் ஒருவனுக்கும் தொண்டைநாட்டை ஆண்டுகொண்டிருந்த தொண்டைமானுக்கும் போர் நிகழ்ந்தது. அப்போது, தொண்டைமானுடைய படைப் பலத்தைக் கண்ட சோழன், தன் படை அதற்கு எதிர் நில்லாதென்று உணர்ந்தான். ஆகவே, துணைப்படைகளைச் சேர்த்துக்கொள்ள வேண்டுமென்னும் எண்ணம் உண்டாயிற்று.

அக்காலத்தில், கொங்கு நாட்டில் இருந்த பெருவீரன் ஒருவன் தன் துணைவர்களாகிய பல வீரரோடு ஒரு பெரும் படையை வைத்திருந்தான். அதை அறிந்த சோழன் ஆள் விட்டு அவ்வீரனைத் தனக்குத் துணைவரும்படி வேண்டினான். அப்படியே அக்கொங்கு நாட்டு வீரன் தன் படையுடன் சென்று சோழனுக்குத் துணையாக நின்று தொண்டைமானை வென்றான். இந்த வெற்றிக்குக் கொங்கு வீரனுடைய வலிமையே காரணம் என்று அறிந்த சோழன் அவனை மிகப் பாராட்டிப் பரிசு வழங்கினான்; தொண்டைமான் என்னும் சிறப்புப் பெயரும் அளித்தான். அதுமுதல் அந்த வீரனை யாவரும் தொண்டைமான் என்றே வழங்கி வரலாயினர்.

அந்த வீரனுக்குப் பின் அவன் வழி வந்தவர்களையும் தொண்டைமான் என்றே மக்கள் அழைத்து வந்தனர். மூலனூர் என்ற ஊரில் தொண்டைமான் என்ற பெயரோடு ஒருவன் வாழ்ந்து வந்தான். அவனும் பெருவீரன். அக்காலத்தில் ஆர்க்காட்டில் நவாபு

அரசாண்டு கொண்டிருந்தார். கொங்கு நாட்டில் சங்ககிரி என்னும் இடத்தில் உள்ள மலையின்மேல் ஒரு கோட்டை உண்டு. அதைச் சங்ககிரி துர்க்கம் என்பார்கள். அங்கே அரசர்கள் தம் பகைவர்களைச் சிறை வைக்கும் வழக்கம் இருந்தது.

நவாபு சில காலம் சங்ககிரிக்கு வந்து தங்குவது உண்டு. கொங்கு நாட்டிலும் பிற இடங்களிலும் உள்ள பாளையக்காரர்கள் அங்கே வந்து அவரைக் கண்டு செல்வார்கள்.

மூலனூரில் வாழ்ந்திருந்த தொண்டைமானுக்கு அந்த நவாபைக் காணவேண்டும் என்ற ஆசை எழுந்தது. நவாபினிடம் சிறப்பாகச் சொல்லிக்கொள்ள அவ்வீரனுக்கு ஒரு குறையும் இல்லை. தன்னுடைய உடல் வலிமையைக் காட்டவேண்டும் என்ற விருப்பம் மாத்திரம் இருந்தது. பழைய காலம்போல் ஏதேனும் போர் நேருமானால் படையில் தனக்கும் ஒரு பதவி கொடுத்தால் தன் தோள் தினவு தீரும் என்று சொல்லிக் கொள்ளும் எண்ணமும் இருந்திருக்கலாம்.

நவாபு சங்ககிரிக்கு வந்து தங்கியிருக்கிறார் என்ற செய்தி மூலனூர் வீரனுக்குத் தெரிந்தது. அவரைக் காணவேண்டும் என்று புறப்பட்டான். சங்ககிரிக்கு வந்து சேர்ந்தான். அவரைக் காணும்பொருட்டு வேறு வேறு இடங்களிலிருந்து பலர் வந்திருந்தார்கள்.

ஏதோ முக்கியமான அரசியல் நிகழ்ச்சிக்கு ஏற்பாடு நடைபெறுவது போலத் தோன்றியது. பாளையக்காரர்கள் வருவதும் போவதுமாக இருந்தார்கள். அங்கங்கே நவாபின் பிரதிநிதிகளாக இருந்தவர்களும் வந்து சில நாட்கள் தங்கி, அவரைப் பார்த்துப் பேசி விட்டுச் சென்றார்கள்.

நவாபு குடும்பத்தோடு வந்து தங்கியிருந்தார். நீண்ட காலம் தங்கும் நோக்கத்தோடே வந்திருந்தார்.

மூலனூர் வீரனுக்கு நவாபைக் காணும் சந்தர்ப்பம் கிடைக்கவில்லை. மிகவும் முக்கியமான கருத்துக்களை அவரிடம் சொல்லி ஆலோசனை செய்ய வந்தவர்களில் சிலர் இன்னும் அவரைக் காண

முடியாமல் அதற்குரிய செவ்வியை எதிர்பார்த்துக் கொண்டிருந்தார்கள்.

இந்த நிலையில் தான் நவாபைக் காண முடியாதென்று எண்ணிய மூலனூர்த் தொண்டைமான் ஊருக்குச் சென்று பின்பு ஒரு முறை வரலாம் என்று எண்ணினான். ஆனாலும், அவனுக்கு இப்போதே பார்த்துவிட வேண்டும் என்று வேகம் உண்டாயிற்று. 'எடுத்த காரியம் சிறியது. இதில் வெற்றி பெருவிட்டால் வேறு எந்தக் காரியத்தைச் சாதிக்கப் போகிறோம்?' என்று அவனுக்குத் தோன்றியது. எப்படியாவது நவாபைப் பார்த்துவிட்டே செல்வதென்று முடிவு கட்டினான்.

நவாபுக்கு ஒரு மகன் இருந்தான். அவன் மிடுக்குடையவன். கோழிப்போர் ஆட்டுக்கடாப் போர் இவற்றில் மிகவும் விருப்பம் உள்ளவன். அவனே ஓர் ஆட்டுக் கடாவை வளர்த்து வந்தான். அது கொழு கொழுவென்று வளர்ந்தது. நெடுந்துாரம் வரும்போதே அதன் நாற்றம் வீசும், அந்த ஆட்டை நவாபின் பிள்ளை சங்ககிரிக்கும் அழைத்து வந்திருந்தான்.

வளமான உணவைத் தின்று கொழுத்திருந்த ஆடு சங்ககிரி வீதியிலே உலா வரும். வேறு ஆட்டைக் கண்டால் எளிதில் விடாது. ஆடு என்ன? மாட்டைக்கூட அது எதிர்க்கும். நாயை முட்டும். தன்னுடைய வலிமையினால் அது எல்லாரையும் அஞ்சச் செய்தது. நவாபின் மகன் வளர்க்கும் ஆடல்லவா? அதனால் யாரும் அதை ஒன்றும் செய்வதில்லை; போகிற போக்கிலே விட்டுவிட்டார்கள்.

நவாபின் ஆடு வருகிறதென்றால் குழந்தைகளுக்கும் பெண்களுக்கும் குடர் குழம்பும். இன்று அவனை முட்டித் தள்ளிவிட்டது; 'இன்று அந்தக் கடைக்குள்ளே புகுந்தது; இன்று அந்தக் கீரைக்காரியை முட்டித் தள்ளிக் கீரை முழுவதையும் தின்று விட்டது' என்பன போன்ற செய்திகள் நாள்தோறும் பரவலாயின. மதம் பிடித்த யானையைக் கண்டு அஞ்சுவதுபோல் மக்கள் வெருவினர். பத்துப் பேராகச் சேர்ந்து அதை அடக்குவது பெரிய காரியம் அன்று. ஆனால் நவாபின் ஆடு அல்லவா அது? அதன் பக்கத்தில் போக முடியுமா? ஆட்டின் பலத்தைவிட அதிகார பலத்துக்குத்தான் அவர்கள் மிகுதியாக அஞ்சினார்கள்.

நவாபைக் காண வந்தும் செவ்வி நேராமல் கொங்குநாட்டு வீரன் சங்ககிரி வீதியில் உலாவினான். நவாபின் அதிகார மிடுக்காலும் உணவுச் செருக்காலும் ஆட்டுக்கடா அடக்குவார் இன்றி, அதே வீதியில் நடை போட்டுக்கொண்டிருந்தது.

ஒரு நாள் மூலனூர்த் தொண்டைமான் வீதியிலே நடந்து கொண்டிருந்தான். அப்போது ஒரு பெண் புலம்பிக்கொண்டு ஓடி வந்தாள். அவள் கையில் பல பலவகைக் காய்கறிகள் இருந்தன. "ஆடு, ஆடு!" என்று கதறிக்கொண்டே ஓடினாள். பின்னாலே நவாபின் ஆடு துரத்திக்கொண்டு வந்தது. தொண்டைமானுக்கு அந்தப் பெண்ணைப் பார்க்கப் பரிதாபமாக இருந்தது. சட்டென்று ஆட்டுக்கு முன் போய் நின்றான். அது பிரமித்து நின்றது. அவனை முட்ட வந்தது. அவன் தன் ஊரில் மாட்டையும் ஆட்டையும் அடக்கிய திறலாளன். ஆதலால் நெளிவு அறிந்து அதை மடக்கிவிட்டான். அந்த ஆடு அவனை ஒன்றும் செய்ய முடியாமல் வந்த வழியே போய்விட்டது. காய்கறி வைத்திருந்த பெண்மணி பெற்றேன் பிழைத்தேன் என ஓடிப்போனாள்.

தொண்டைமான் அந்த முரட்டுக் கடாவை அடக்கியதைக் கண்ட ஊர் மக்கள் வியந்தார்கள். அவனுடைய வீரத்தைப் பாராட்டினார்கள். சிலர், 'நவாபின் காதில் விழுந்தால் இவனை என்ன செய்வாரோ?' என்று அஞ்சினார்கள். தொண்டைமான் அவர்கள் வார்த்தை ஒன்றையும் காதில் போட்டுக் கொள்ளாவிட்டாலும், அந்த ஆடு நவாபின் மகன் வளர்க்கும் செல்ல ஆடு என்ற செய்தியைத் தெரிந்து கொண்டான். அப்போது அவனுக்கு ஒரு புதிய எண்ணம் தோன்றியது.

மறு நாள் அந்த ஆடு வரும் வழியையே பார்த்துக் கொண்டு தெருவில் நின்றிருந்தான் தொண்டைமான். ஆடு வந்தது. அதை வீரன் பற்றினான். அது திமிறியது. அதனை அடக்கியதோடு தன் கையில் இருந்த கூரிய அரிவாளால் அதன் காதுகள் இரண்டின் நுனியையும் அறுத்துவிட்டான். இதுவரையில் எதிர்ப்பின்றி மனம் போலத் திரிந்த அந்த ஆட்டுக்குச் சினம் பொங்கியது. ஆனாலும், தொண்டைமான் இடம் தெரிந்து தட்டிய தட்டுகளால் அது சோர்வடைந்து போய்விட்டது.

கடாவின் காதை அறுத்த இந்தச் செய்தி ஊர் முழுவதும் பரவியது. "ஐயோ, பாவம்! இவனுக்கு என்ன போதாத காலமோ, இந்தக் காரியத்தைச் செய்து விட்டான்!'' என்றே யாவரும் இரங்கினார்கள். நிச்சயம் தொண்டைமானுக்குத் தக்க தண்டனை கிடைக்கும் என்றே அஞ்சனார்கள். ஆனால் அதே சமயத்தில், "இப்படி ஒரு வல்லாள கண்டன் வந்தால்தாள் அந்த முரட்டு ஆடு அடங்கும்'' என்றும் பேசிக்கொண்டார்கள்.

காதறுந்த ஆடு நவாபின் மகன்முன் போய் நின்றது. அவன் மூக்கறுந்தவன் போல ஆனான். "எந்தப் பயல் இந்தக் காரியத்தைச் செய்தான்?" என்று குதித்தான். நவாபுக்குச் செய்தி போயிற்று. -

"இந்தக் காரியத்தைத் துணிந்து செய்தவனை உடனே என்முன் கொண்டுவந்து நிறுத்துங்கள்" என்று நவாபின் உத்தரவு பிறந்தது.

மூலனூர்த் தொண்டைமான் தான் செய்த காரியத்திற்காக இரங்கவில்லை. தண்டனை கிடைக்குமே என்று அஞ்சவும் இல்லை. தலை மறைவாக இருக்கவும் அவனுக்கு விருப்பம் இல்லை. அவன் அதை வேண்டுமென்றே செய்திருக்கிறான். ஆதலால் மேல் விளைவுக்கும் அவன் ஆயத்தமாக இருந்தான்.

நவாபின் ஏவலர்கள் தொண்டைமானை அழைத்துக் கொண்டு நவாபின்முன் நிறுத்தினார்கள். வீரன் நவாபுக்குப் பணிவுடன் ஒரு சலாம் போட்டு நின்றான். நவாபு அவனை ஏற இறங்கப் பார்த்தார். ஆள் வாட்ட சாட்டமாக இருந்தான். அவன் திண்ணிய தோள்களும் பரந்த மார்பும் அவருக்கு வியப்பை உண்டாக்கின.

"நீ தானே கடாவின் காதை அறுத்தவன்?" என்று கேட்டார்.

"ஆம்" என்றான் தொண்டைமான்.

"ஏன் அப்படிச் செய்தாய்?" என்று சினக் குறிப்புடன் கேட்டார் நவாபு.

"நான் சொல்வதைப் பொறுமையுடன் கேட்க வேண்டும். இரண்டு காரணங்கள் உண்டு. சொல்லட்டுமா? -

"சொல்."

"முதல் காரணம்: நவாபு அவர்களைக் காண வேண்டும் என்று நான் இங்கே வந்து பல நாட்களாகக் காத்துக்கொண்டிருக்கிறேன். பேட்டி கிடைக்கவில்லை. எப்படியாவது பார்த்துவிட வேண்டுமென்ற ஆசை எழுந்தது. நவாபு சிறந்த வீரர்களைப் பாராட்டும் பெரு வீரர் என்று கேள்வியுற்றிருக்கிறேன். கோழைகளைப் போல் அஞ்சாமல் வீரச் செயல் செய்கிறவர்களிடம் நவாபு வமிசத்தாருக்கு அன்பு அதிகம் உண்டென்பதை எல்லாரும் சொன்னார்கள். அதனால் சமூகத்தைப் பார்க்க வேண்டும் என்ற ஆசை பொங்கி எழுந்தது. அதனால் இப்படிச் செய்தேன்."

"இதற்கும் அதற்கும் என்ன சம்பந்தம்?"

"சமூகத்தின் கவனம் இந்த ஏழையின்மேல் பட வேறு வழி ஒன்றும் தெரியவில்லை. நான் எந்தப் பாளையத்துக்கும் சொந்தக்காரன் அல்ல. அரசாங்க அதிகாரியும் அல்ல."

"ஏன் என்னைப் பார்க்க வேண்டும்?"

"நல்ல அரசரென்றும் வீரத்தைப் பாராட்டுகிறவரென்றும் சொன்னார்கள். அதனால் பார்க்க எண்ணினேன். வீரம் ஒன்றுதான் நான் பெற்றிருப்பது. அதைச் சமூகத்துக்குப் பயன்படும்படி செய்யவேண்டும் என்பது என் ஆசை. இதைத் தெரிவிக்க வேறு வழி. இல்லை. அதனால்தான் இந்தக் காரியத்தைச் செய்தேன். சமூகத்தின் முன்னே வலிய இழுத்துச் சென்று நிறுத்தி வைப்பார்கள் என்று தெரிந்தே இதைச் செய்தேன். சமூகத்தின் முன் நின்று பேசவேண்டும் என்பதற்காகவே இது செய்தேன்."

தொண்டைமானுடைய பேச்சும் மிடுக்கும் உருவமும் நவாபின் உள்ளத்தை ஈர்த்தன. அவன் தமக்குப் பயன்பட வேண்டும் என்ற விருப்பமுடையவன் என்பதைத் தெரிந்து கொண்டபோது அவர் சினம் தணிந்தது.

"இரண்டு காரணம் என்றாயே; மற்றொன்று என்ன?" என்று கேட்டார் நவாபு.

"அது சாமானியமான காரணம். இந்தக் கடா ஊரில் உள்ளவர்களுக்குத் தொந்தரவு கொடுத்து வந்தது. இது வீதியில் வரும்போது பெண்கள் நடமாட முடிவதில்லை. இதன் மிடுக்கைக் கொஞ்சம் குறைக்க வேண்டும் என்று நினைத்தேன்.".

"அது நம்முடைய கடா என்று தெரியாதா?''

"தெரியும். சமூகத்தில் மக்களுக்கு எது நன்மை என்று அறிந்து அதைச் செய்யும் பண்பு நிறைந்திருக்கிறதென்று அறிந்திருக்கிறேன். அந்தக் கடாவினால் உண்டாகும் அபாயத்தை யாரும் இங்கே தெரிவித்திருக்க மாட்டார்கள். அதைக் கண்டு யாவரும் பயப்படுவதோடு, அதனால் விளையும் தீங்குகளினல் மக்கள் தங்களுக்குள் நவாபு அவர்களைப் பழி கூறி வருகிறார்கள். அறிவில்லாத ஓர் ஆட்டின்பொருட்டு, சமூகத்திற்குக் கெட்ட பெயர் வரக்கூடாதல்லவா? ஆகையால், அதை அடக்கி மக்களுடைய பயத்தைப் போக்கினால் சமூகத்துக்கு வந்த பழியைப் போக்கினவன் ஆவேன் என்று எண்ணினேன்."

இப்போது நவாபு தொண்டைமானுடைய பேச்சுச் சாதுரியத்தையும் வியந்தார்; 'இப்படி ஒரு வீரனை நம் கையில் வைத்திருந்தால் நமக்குச் சமயத்தில் பயன்படுவான்' என்ற எண்ணம் அவருக்கு உண்டாகிவிட்டது.

"ஆட்டை நீ கொன்றிருக்கலாமே?'' என்ற கேள்வி நவாபிடமிருந்து பிறந்தது.

''என்னுடைய நோக்கம் என் வலிமையைச் சமூகத்துக்குத் தெரிவிக்க வேண்டும் என்பதுதான். அந்த வாயில்லாப் பிராணியைக் கொன்று என்ன பயன்? அதை நாம் அடக்கினால் அடங்கிவிடுகிறது; அடக்கா விட்டால் துள்ளுகிறது."

நவாபு சிறிது யோசனையில் ஆழ்ந்தார். அருகில் இருப்பவர்கள், அவர் என்ன தண்டனை விதிக்கப் போகிறாரோ என்று கவனித்துக் கொண்டிருந்தார்கள்.

நவாபு பேசலானார்: "நீ சிறந்த வீரன்; உன்னை. நான் மெச்சுகிறேன்.''

தொண்டைமான் நிமிர்ந்து நோக்கினான்.

"நீ பெரிய வீரன் மட்டும் அல்லன்; பேச்சிலும் வல்லவன். உன் உடற் பலத்தையும் அறிவுப் பலத்தையும் பாராட்டுகிறேன். நமக்குத் தேவையானபோது உனக்கு ஆள் விடுகிறேன். நீ இனி நம்முடைய சேவகன். உன் பெயர் இனி வெறும் தொண்டைமான் அல்ல. "வளர் கடாவைக் காதறுத்த பகதூர் தொண்டைமான் நீ" என்று நவாபு சொன்னபோது யாவரும் அவனையே பார்த்தார்கள். -

அவன் நன்றியறிவோடு சலாம் வைத்தான். அன்றுமுதல் அவன் பின்னும் செருக்கோடு தன் வலிமையைப் பாதுகாத்து வந்தாள். வளர்கடாவைக் காதறுத்த பகதூர் தொண்டைமான் என்ற பெயர் எங்கும் வழங்கலாயிற்று.

8. வாசலில் ஏடு

புலவர் நெடுந்தூரத்திலிருந்து வந்திருந்தார். வாணராயரைக் கண்டு அளவளாவ வேண்டுமென்றும், அவரால் தம்முடைய வறுமையைப் போக்கிக்கொள்ள வேண்டுமென்றும் எண்ணி வந்திருந்தார். அப்போது வாணராயர் எங்கோ வெளியூர் போயிருந்தார். வந்திருப்பவர் புலவர் என்பதை அறிந்து வீட்டில் உள்ளவர்கள் உபசரித்து வரவேற்றார்கள். வாணராயர் இன்னும் சில நாட்களில் வந்து விடுவாரென்றும், அதுவரையில் தங்கியிருக்கலாமென்றும் அவர்கள் சொன்னர்கள். புலவர் நாணம் உடையவராதலின், சும்மா பொழுது போக்கிக்கொண்டு முகம் அறியாதவர்களுக்கு இடையில் இருக்க விரும்பவில்லை. பின்பு வருகிறேன் என்று சொல்லிப் போய்விட்டார்.

வாணராயர் வெளியூருக்குப் போயிருந்தவர் திரும்பி வந்தார். புலவர் ஒருவர் வந்திருந்த செய்தியை உறவினர்கள் சொன்னார்கள்.

"அவர் எந்த ஊர்? என்ன பேர்?" என்று வினவினார் வாணராயர். அவர்கள் அவற்றைக் கேட்டுவைத்துக் கொள்ளவில்லை என்று சொன்னர்கள். அதனை அறிந்து மிக வருந்தினர் வாணராயர். 'வந்தவர் எவ்வளவு பெரிய புலவரோ! குறிப்பு அறிந்து ஈயும் கொடையாளிகளிடத் தான் தண்டமிழ்ப் புலவர்கள் செல்வார்கள். அவர் எப்படி மனம் வருந்திப் போபனாரோ?' என்று எண்ணி எண்ணி நைந்தார்.

"வந்தவர் புலவர் என்று அறிந்தும் நீ! சும்மா இருந்துவிட்டீர்களே" என்று வீட்டில் உள்ளவர்களைக் கடிந்துகொண்டார். அவர்கள் புலவரைத் தங்கியிருக்கும்படி சொன்னதைத் தெரிவித்தார்கள். 'நீங்கள் வற்புறுத்திச் சொன்னால் அவரை இருக்கும் படி செய்திருக்கலாம்'' என்றார்.

இந்த நிகழ்ச்சி அவர் மனத்தைப் புண்படுத்தி விட்டது.

*

கொங்கு நாட்டில் வாழ்ந்திருந்த செல்வர்களில் வாணராயர் ஒருவர். அவர் பவளகுலம் என்னும் மரபில் வந்தவர். கோயம்புத்தூர் மாவட்டத்தில் சமத்தூர் என்னும் ஊரில் உள்ள குறுநில மன்னர்களுக்கு வாணராயர் என்னும் சிறப்புப் பெயர் இன்றும் இருந்து வருகிறது.

புலவரைக் கண்டு இன்புற இயலவில்லையே என்று வருந்திய வரணராயர் தம்மை நாடி வரும் புலவர்களிடம் பேரன்பு பூணும் இயல்புள்ளவர். அவர்களால் புகழ் அடையவர். அவர்களுடைய குறை இன்னதென்று அறிந்து அதனைப் போக்கும் இயல்புடையவர்.

பின்னும் ஒரு நாள் இந்த வாணராயர் வெளியூர் சென்றிருந்தபோது வேறு ஒரு புலவர் வந்தார். அவருடைய ஊர், பேர் முதலியவற்றைக் கேட்டுத் தெரிந்துகொண்டார்கள், வீட்டில் உள்ளவர்கள். அன்பாகப் பேசி, செல்வர் வந்துவிடுவார் என்று சொல்லி நிறுத்திவைத்தார்கள். புலவர் ஒரு நாள் தங்கினர். தம்முடைய தமிழ்ப் புலமைக்குப் பயனின்றி, யாருடனும் அளவளாவாமல் சோறு தின்று சும்மா இருப்பதை அவர் விரும்பவில்லை; "பின்பு ஒருமுறை வருகிறேன்" என்று கூறி விடை பெற்றுச் சென்றார்.

அப் புலவர் தொண்டை நாட்டிலிருந்து வந்தவர். தமிழுலகத்தில் அவருடைய பெயரை அறியாதவர் அரியர். வாணராயர் தம் ஊர் வந்து சேர்ந்தவுடன் நிகழ்ந்தவற்றை அறிந்தார். வீட்டில் இருந்தவர்கள் தாம் செய்ய வேண்டியதைச் செய்தார்கள் என்பதையும் உணர்ந்துகொண்டார். புலவர் பெயரைக் கேட்டவுடன் செல்வருக்கு வருத்தம் மிகுதியாயிற்று. "அடடா! அவரைப் பார்க்க வேண்டுமென்று மிக்க ஆவலோடு இருந்தேனே! என்னை அவர் தேடிக்கொண்டு வந்தும் அவரைச் சந்திக்கும் பேறு எனக்குக் கிடைக்காமல் போயிற்றே!" என்று உள்ளம் வாடினார்.

*

வேறு ஒரு சமயத்தில் வாணராயர் அளவற்ற வருத்தத்தில் ஆழும் நிகழ்ச்சி ஒன்று நடந்துவிட்டது. அன்று அவர் ஊரிலேதான் இருந்தார். ஆயினும், வந்த புலவர் ஒருவரைச் சந்திக்க இயலாமற் போயிற்று. அதற்குத் தக்க காரணமும் இருந்தது.

அவருடைய நெருங்கிய உறவினர். ஒருவருக்கு உடல்நலம் சரியாக இல்லை. அவர் நோய்வாய்ப் பட்டார். வாணராயரோடு அவரது வீட்டில் வாழ்ந்து வந்தவர் அவர். வரவர அவருடைய நோய் கடுமை ஆயிற்று. தக்க மருத்துவர் வந்து பார்த்தார்; "இன்னும் இரண்டு நாட்கள் போகவேண்டும்'' என்று சொன்னர். வீட்டில் உள்ளவர்கள் யாவரும் கவலையோடு இருந்தனர்.

இத்தகைய சந்தர்ப்பத்தில் ஒரு புலவர் அந்தச் செல்வரை நாடி வந்தார். வீட்டு வாயிலில் உள்ளவர்களிடம், "வாணராயர் இருக்கிறாரா?'' என்று விசாரித்தார். அவர்கள் இருக்கிறார் என்று சொன்னர்களேயன்றி, அவரை மலர்ந்த முகம் காட்டி வரவேற்கவில்லை. வாணராயருடைய நல்லியல்புகளைக் கேட்டிருந்த புலவர் அவர்களுடைய போக்கைக் கண்டு மனம் வாடினர். 'நல்ல இடத்தில் இப்படியும் அன்பற்றவர்கள் இருப்பது உலக இயல்புதான்' என்று ஒருவாறு சமாதானம் செய்துகொண்டார். அருகில் நின்றிருந்த வேறு ஒருவரிடம், "இப்போது அந்தப் பெருமானைக் காணலாமோ?: என்று கேட்டார்.

அவர் அயலூரிலிருந்து வந்திருந்தவர்; நோய்வாய்ப் பட்டிருந்தவருக்கு உறவினர். அவரது நோய்நிலை அறிந்து பார்க்க வந்தவர். அவர் புலவரை, "நீர் யார்? அவரை என்ன வேலையாகப் பார்க்க வேண்டும்?'' என்று கேட்டார்.

"நான் ஒரு புலவன்; வள்ளல் அவர்களைக் கண்டு பேசிப்போகலாம் என்று வந்தேன்" என்றார் புலவர்.

அங்கே நின்றிருந்தவர் புலவர்களின் பெருமையை உணராதவர்; இரவலர் வரிசையில் அவர்களைச் சேர்த்து எண்ணுபவர். அவர் உடனே, "ஒகோ! புலவரா? அவரிடம் பணம் வாங்க இது நேரம் அன்று. அவருடைய சொந்தக்காரரர் படுத்த படுக்கையாகக் கிடக்கிறார். அவரைப் பார்ப்பாரா? உம்மிடம் வந்து பேசுவாரா?" என்று கூறினார். அவர் பேச்சில் நயம் இல்லை; கடுமை இருந்தது. புலவர் தம் தலையெழுத்தை எண்ணி வருந்தி வந்த வழியே திரும்பிவிட்டார்.

நோயாளி சில நாட்களில் குணம் பெற்றார். அவரிடம் அன்பு வைத்து உடனிருந்து ஆவனவற்றைக் கவனித்த வாணராயர் ஆறுதல்

பெற்றார். புலவரைக் கடுஞ்சொல் கூறி அனுப்பியவர் வாணராயருடைய இயல்பைப் பாராட்டினார்.

"மாமனுக்கு வைத்தியர் கொடுத்த மருந்தில் பாதிக் குணம் உண்டாயிற்று. நீங்கள் அருகில் இருந்து கவனித்ததனால் பாதிக் குணம் ஏற்பட்டது" என்றார். நோய்வாய்ப்பட்டிருந்தவரையே அவர் மாமன் என்று. குறிப்பிட்டார்.

"நான் அருகில் இருந்து என்ன செய்தேன்? அவருடைய வேதனையை வாங்கிக்கொண்டேனா? அவருக்காக மருந்து உண்டேனா? அவருடைய துன்பத்தைக் கண்டபோது அதை வாங்கிக்கொள்ள முடிந்தால், நாமும் அவருடைய வருத்தத்தில் பங்கு பெறலாமே என்று எண்ணியதுண்டு. ஆனல் அது நடக்கிற காரியமா? நடந்தால் நாம் இப்படி எண்ணுவோம் என்பது என்ன உறுதி? நம் கடமையைச் செய்ய வேண்டும் அல்லவா? அதனால் அருகில் இருந்தேன்."

"நீங்கள் வெளியிலே செல்லாமல் இரவும் பகலும் கட்டிக் காத்தீர்களே! அது பெரிய காரியம் அல்லவா? உள்ளூரிலும் வெளியூர்களிலும் உங்களுக்கு எவ்வளவோ வேலைகள் இருக்கின்றன. வேளாண்மையைக் கவனிக்க வேண்டும். நியாயம் பேசவேண்டும். ஒவ்வொரு நாளும் உங்களைப் பார்க்க எவ்வளவு பேர் வருகிறார்கள்! வேலை இருக்கிறதோ இல்லையோ, உங்களைப் பார்த்துவிட்டுப் போகலாம் என்று பல சோம்பேறிகளும் வருகிறார்கள். யாரையும் பாராமல் எங்கும் போகாமல் நீங்கள் இப்படி இருந்தது மிகவும் வியப்பான செயல்" என்றார் அயலூர்க்காரர்.

"எப்போதும் செய்கிற காரியங்களைச் சிலநாள் நிறுத்தி வைப்பதனால் குறை ஒன்றும் இல்லை. பின்பு சேர்த்துச் செய்துவிடலாம். இதனிடையில் அவசியமான வேலைகளை நான் விட்டுவிடவில்லை. சாப்பிட மறக்கவில்லை; தூங்குவதற்கும் நேரம் இருந்தது. அப்படியே வேறு சில வேலைகளையும் செய் தேன். முக்கியமானவர்களைக் கண்டு பேசினேன்" என்றார் வாணராயர்.

'இந்தச் சமயத்திலும் நீங்கள் வந்தவர்களுடன் பேசியது வியப்புத்தான். வருகிறவர்களுக்கு உங்கள் அருமை பெருமை எங்கே

தெரிகிறது? அவர்களுக்கு அவர்கள் காரியமே குறி. இந்தச் சமயத்தில் நீங்கள் அறியாமல் ஒரு நல்ல காரியம் செய்தேன்."

"என்ன அது?" என்று கொடைவள்ளல் கேட்டார்.

"வழியில் போகிறவர்களெல்லாம் உங்களைத் தொந்தரவுபடுத்தக் கூடாது என்பது என் கருத்து. நான்கு ஐந்து நாட்களுக்குமுன் ஒரு பேர்வழி வந்தான். உங்களைக் காணவேண்டும் என்று சொன்னான். என்ன காரியம் என்று கேட்டேன். 'ஒன்றும் இல்லை; சும்மா பேசுவதற்குத்தான்' என்று சொன்னான். அதற்கு இது நேரம் இல்லை என்று சொல்லி அனுப்பிவிட்டேன்."

"அவர் யார் என்று தெரிந்ததோ?"

'யாரோ புலவனாம். புலவனுக்கு இப்போது என்ன வேலை? நல்ல சாப்பாடு போட்டுப் பாட்டுப் பாடச் சொல்லிக் கேட்கலாம். பல்லை இளித்துக்கொண்டு இந்திரனே சந்திரனே என்று பாடுவான்."

அவர் பேசிக்கொண்டிருக்கையிலே இடைமறித்து வாணராயர், "புலவரையா போகச் சொன்னீர்கள்?" என்று கேட்டார்.

"ஆமாம், யாரோ சோம்பேறி!" என்று அலட்சியமாகச் சொன்னார் அந்த மனிதர்.

"அடடா! என்ன காரியம் செய்தீர்கள்? புலவர் வந்திருந்தால் என்னிடம் அழைத்துக்கொண்டு வந்திருக்கக் கூடாதோ?" என்று வருத்தம் தொனிக்கும் குரலில் கேட்டார்.

"அந்தச் சமயத்தில் அவனை வேறு அழைத்து. வந்தால், அவன் எதையாவது சமயம் அறியாமல், அளக்க ஆரம்பித்து விடுவானே!"

"உங்களுக்குப் புலவர்களின் பெருமை நன்றாகத் தெரியாது என்று நினைக்கிறேன். இந்த வீட்டில் யாருக்கு நுழைய உரிமை இருந்தாலும் இல்லாவிட்டாலும் புலவர்களுக்கு முதல் உரிமை உண்டு. நீங்கள் கண்ட புலவர் எவ்வளவு பெரியவரோ! அவர் உள்ளம் எப்படி வருந்தியதோ?"

வாணராயர் சற்றே பேசாமல் இருந்தார். அவர் தம்முடைய செயலால் மகிழ்ச்சி அடையவில்லை என்பதை உடன் இருந்தவர் உணர்ந்துகொண்டார். மெல்லப் பேச்சை முடித்துக்கொண்டு நழுவிவிட்டார்.

*

தம்மை நாடிவந்த புலவர்கள் தம்மைக் காண இயலாமல் போவதை வாணராயர் விரும்பவில்லை. முன்னாலே சொன்ன இரண்டு மூன்று நிகழ்ச்சிகள் அவருக்கு மிக்க வருத்தத்தை உண்டாக்கின. இவ்வாறே வேறு சில சமயங்களில் வேறு காரணங்களால் புலவர்களைக் காண முடியாமல் போயிற்று.

ஒரு முறை ஒரு புலவர் வந்திருந்தார். அவரைக் கண்டு வாணராயர் வரவேற்றார். புலவர் ஒருநாள் தங்கினார். விரைவில் ஊர் செல்ல வேண்டும் என்றார். அவருக்குச் செல்வர் பரிசளித்தார். புலவரோ தயங்கித் தயங்கி நின்றார். தமக்கு இன்னது வேண்டுமென்று சொல்லுவதற்கு நாணினர்; "உங்களுக்கு என்ன வேண்டும் சொல்லுங்கள்?" என்றார் வள்ளல். புலவர் ஒன்றும் சொல்லவில்லை. பின்னும் சிறிது பொருள் கொடுத்து. அனுப்பினார். பிறரிடம் இன்னது வேண்டும் என்று வெளிப்படையாகக் கேட்பதற்கு யாவருக்கும் துணிவு உண்டாகாது என்ற உண்மையை வாணராயர் உணர்ந்தார். புலவர்களுக்கு வேண்டியதை வேண்டுவதற்கு முன் குறிப்பறிந்து கொடுக்கவேண்டும் என்றும், தாம் ஊரில் இல்லாதபொழுது அவர்கள் வந்தால் தம் விருப்பத்தை உணர்த்த முடியாமல் திரும்புவதைத் தவிர்க்க வேண்டுமென்றும் எண்ணினார். அதற்கு என்ன வழி என்று அவர் பல நாட்கள் ஆராய்ந்தார். இறுதியில் ஒரு வழியைக் கண்டுபிடித்தார்.

பவள குலத்தில் பிறந்த ஒரு வள்ளல் தம்முடைய வீட்டு வாயிலில் தனி ஓலைகளையும் எழுத்தாணியையும் தொங்கவிடச் செய்தார். எந்தப் புலவர் வந்தாலும் தம்மைப்பற்றியும் தமக்கு வேண்டியதைப் பற்றியும் அதில் எழுத வேண்டும். வாயில் காவலர்கள் பணிந்து மரியாதையோடு ஓலையையும், எழுத்தாணியையும் புலவர்களிடம் கொடுக்க வேண்டும். புலவர்கள் எழுதியதை உடனே ஏவலாளர்கள் உள்ளே கொண்டுவந்து கொடுக்கவேண்டும். வாணராயர் அதைக் கண்டு முதலில் புலவருக்கு வேண்டிய பொருள்களை அளிக்கச்

செய்து, அவர் உவகையோடு இருக்கும்போது, தாம் அவரை நேரில் கண்டு பேசுவார். அவர் வெளியூருக்குப் போன காலமாக இருந்தாலும், தம்மை நாடிவந்த புலவருடைய ஊர் பேர் முதலியனவும், அவர் விரும்பியது இன்னதென்பதும் ஓலையில் இருக்கும். ஊரிலிருந்து வந்தவுடன் புலவர் இருக்கும் இடத்துக்கு அவர் விரும்பிய பொருள்களோடு ஆளை அனுப்பி, மறுபடியும் வரவேண்டும் ன்ன்று சொல்லி அனுப்புவார்.

இந்த ஏற்பாடு எங்கும் காணாததாக இருந்தது. சில புலவர்கள் தமக்கு இன்னது வேண்டும் என்று செல்வர்களுக்குச் சீட்டுக்கவி எழுதி அனுப்புவதுண்டு. ஆனால், எல்லாரும் எப்போதும் அப்படிச் செய்வதில்லை. எல்லாப் புலவர்களுமே தைரியமாக நேர்நின்று தமக்கு இன்னது வேண்டுமென்று சொல்லமாட்டார்கள். அவர்களுக்கு இந்தப் புதிய முறை மிகவும் துணையாக இருந்தது.

புலவர்கள் வர்ணராயரைப் பார்ப்பதற்கு முன்பே பரிசு கிடைத்தது. அதனால் அவர்கள் உளம் கனிந்து அந்தச் செல்வரைப் பாடினர்கள். தம்மிடம் வருபவர் வேண்டும் பொருளை இந்த முறையில் அறிந்து, உதவுவது தமிழுலகுக்கே புதுமையாக இருந்தது; இதை யாவரும் பாராட்டினார்கள். புலவர்களுக்கோ பலவகையில் நலம் உண்டாயிற்று. வாணராயர் ஊரில் இல்லாமல் இருந்தாலும் அவரை நாடிச் சென்ற புலவர்களுடைய விருப்பம் நிறைவேறியது.

பிறருக்குக் கொடுப்பதில் பல பல நுட்பமான முறைகள் உண்டு. குறிப்பறிந்து ஈதலும், புலவர் வந்து சென்ற பிறகு அவரை அறியாமல் பரிசுகளைத் தருவதும், அவர் ஒன்று கேட்டால் பன்மடங்கு வழங்குதலும் முதலிய பல வகையில் புரவலர்கள் தம் அன்பைக் காட்டியிருக்கிறார்கள். ஆனால், புலவர்கள் நேரிலே தம் வேட்கையைச் சொல்வதற்கு நாணவேண்டிய அவசியம் இல்லாமல், நேரில் காண முடியாமல் போயிற்றே என்று. வருந்த இடம் இன்றி, வாணராயர் தம் வீட்டின் வாயிலில் கட்டியிருந்த ஓலையும் எழுத்தாணியும் செய்து விட்டன.

பிறரால் ஓர் உபகாரம் வேண்டுகிறவர்கள், அந்த உபகாரியிடம் பணிவாக இருந்து அதனைப் பெறுவது உலக இயல்பு. இங்கேயோ, எனக்கு இது வேண்டும் என்று கட்டளை விடுப்பதுபோலப்

புலவர்கள் தம் கருத்தைத் தெரிவிக்கலாம். பரிசு பெற்ற பிறகு உபகாரியைக் கண்டு பேசி அளவளாவி விருந்து நுகர்ந்து தங்கலாம்.

*

வாணராயர் கவிஞர்கள் அனுப்பும் ஓலையைக் கண்டு வெளியே வந்து அவர்களை வரவேற்றார். வேண்டியதை வழங்கினார். பின்பு அவர்களுடைய தமிழ்க் கவி இன்பத்தை நுகர்ந்தார். பல புலவர்கள் தம்மைப்பற்றி எழுதிய ஓலைகள் அவர் வீட்டில் குவிந்தன. புலவர்களுடைய அன்புச் செல்வத்தை அவர் பெற்று வாழ்ந்தார்.

9. புலியை நாடிய வள்ளல்

"இப்படி, அடிக்கடி சிறுத்தைப் புலி மாட்டை அடிப்பதாக இருந்தால், நாம் எல்லாம் இங்கு வாழ்ந்து என்ன பயன்?" என்றார் ஒருவர்.

"சிறுத்தைப் புலியா, பெரிய புலியா என்று நிச்சயம் சொல்வதற்கில்லை. சிறுத்தைப் புலியாக இருக்கலாம்" என்பது ஊகமே அன்றி, நேரிலே கண்டவர் யாரும் இல்லை என்றார் மற்றொருவர்.

"எந்தப் புலியாக இருந்தாலும் அதை விட்டுவைக்கக் கூடாது. பெரிய புலியாக இருந்தால் இன்று மாட்டைக் கடிப்பது நாளைக்கு மனிதனையும் கடிக்கும். ஆகையால், உடனே அதைத் தொலைக்க வழி தேடவேண்டும்'' என்றார் முன்னே பேசினவர்.

ஊருக்குச் சற்றுத் தொலைவில் பெருங் காடு ஒன்று இருந்தது; சிறு குன்றும் இருந்தது. அந்தப் பக்கங்களில் புலி ஒன்று உலவுவதாகச் சொல்லிக்கொண்டார்கள். ஓரிரண்டு மாடுகள், காட்டுக்குள் மேயப் போனவை திரும்பி வரவேயில்லை 'புலிதான் அடித்துத் தின்றிருக்க வேண்டும்' என்று உறுதியாக நம்பினர். ஆனால், துணிந்து யாரும் நுழைந்து அந்தக் காட்டுக்குள் சென்று. பார்க்கவில்லை.

கொங்கு நாட்டில் கோபிசெட்டி பாளையத்திற்கு அருகில் பாரியூர் என்ற ஊர் இருக்கிறது. அந்த ஊர்க்காரரர்களுக்குத்தான் புலியைப்பற்றிய அச்சம் உண்டாயிற்று. 'புலியை ஒழிக்க வேண்டும்' என்று யாவரும் சொல்லிக்கொண்டே இருந்தார்கள். ஆனால் ஒருவரும் புலியோடு சண்டையிட முன்வரவில்லை.

பாரியூரில் செட்டி பிள்ளையப்பன் என்ற ஓர் உபகாரி வாழ்ந்து வந்தான். அவன் கொங்கு வேளாளர் மரபில் தோன்றியவன். ஓரளவு செல்வனாக வாழ்ந்தான். 'ஈ' என்பார்க்கு 'இல்லை' என்னாது வழங்கும் கொடையாளி. அவனிடம் ஏழைகளும் புலவர்களும் அடிக்கடி வந்து பொருள் பெற்றுச் செல்வார்கள். புலவர்கள் வந்தால்

சிலகாலம் அவனுடன் தங்கித் தம் புலமையைக் காட்டி இன்புறுத்திப் பின்பு விடை பெற்றுக்கொண்டு செல்வார்க

அத்தகைய கொடையாளிக்கு வறுமை வந்தது. மழை பொய்த்தமையால் விளைவு குறைந்தது. ஆனலும் அவ்வுபகாரியின் கொடை குறையவில்லை. எத்தனை நாளைக்குத்தான் கொடுத்துக்கொண்டே இருக்க முடியும்? கையில் உள்ள பொருளையெல்லாம் கொடுத்தான். தான் கஞ்சி உண்டாலும் வருபவர்களுக்குச் சோற்றை ஊட்டினான்.

இத்தகைய நிலையில் யாரோ ஒரு புலவன் அவனைத் தேடிக்கொண்டு வந்தான். முன்னே செட்டி பிள்ளையப்பனைப் பற்றி அப்புலவன் கேள்வியுற்றிருந்தாலும், அவனால் வர முடியவில்லை. எங்கெங்கோ போய்க் கொண்டிருந்தான். இப்போதுதான் பாரியூருக்கு வர நேர்ந்தது. .

தன்னைத் தேடிவந்த புலவனிடம் தன் வறுமையைக் காட்டாமல் முகமலர்ச்சியுடன் பேசிக்கொண்டிருந்தான் உபகாரி. புலவன் உணவு அருந்தினான். அவனுக்குப் பொருள் வேண்டியிருந்தது. குறிப்பறிந்து ஈயும் கொடையாளியாகிய செட்டி பிள்ளையப்பனிடம் அப்புலவன் வாய்விட்டே கேட்டுவிட்டான்.

இதுவரையில் இந்த அவல நிலை செட்டி பிள்ளையப்பனுக்கு வந்ததே இல்லை. புலவன் வெளிப்படையாய்க் கேட்டும் கொடுக்க இயலாமல் உடம்பில் உயிரை

வைத்துக்கொண்டு வாழ்வதில் பயன் ஒன்றும் இல்லை' என்று அவனுக்குத் தோன்றியது. அந்தச் சமயத்துக்குப் புலவனிடம் ஏற்ற விடை கூறவேண்டும் அல்லவா? "இன்னும் இரண்டு நாள் கழித்து வாருங்கள். உங்களுக்கு வேண்டியதைத் தர முயல்கிறேன்'' என்று சொல்லி அவனை அனுப்பினான். அப் புலவன் அங்குள்ள நிலையை ஒருவாறு உணர்ந்துகொண்டு புறப்பட்டு விட்டான்.

புலவன் போன பிறகு செட்டி பிள்ளையப்பன் துயரில் மூழ்கியவனாய் உட்கார்ந்திருந்தான். தன் வாழ்க்கையில் இப்படி இழிவான நிலை வந்ததை அவனால் பொறுக்க முடியவில்லை. உணர்விழந்து செயலிழந்து அவன் அமர்ந்திருந்தான்.

அப்போது அவனுடைய நண்பன் ஒருவன் வந்தான். அங்கே நடந்தது ஒன்றையும் அவன் அறியான். அவன் விரைவாக வந்து, 'ஊரில் எல்லாரும் புலிக்குப் பயந்து சாகிறார்கள். இது வரையில் மாடுகளை அடித்து உண்டுவிட்டது. இனிமேல் மனிதர்மேல் பாய வேண் டியதுதான்'' என்றான்.

செட்டி பிள்ளையப்பன் அவனைத் தலை நிமிர்ந்து பார்த்தான். நண்பன் மறுபடியும், "ஏன் இப்படி உட்கார்ந்திருக்கிருய்?'" என்று கேட்டான்.

"புலியைப் பற்றித்தான் சிந்தித்துக் கொண்டிருக்கிறேன்" என்முன் கொடைவள்ளல்.நண்பனுக்குத் தன் துயரைச் சொல்லி என்ன ஆகப் போகிறது என்று அவன் நினைத்தான்.

"இந்த ஊரில் யாரும் ஆண்பிள்ளை இல்லையா?'' என்று கேட்டான் நண்பன்.

"இல்லாமலா போவார்கள்? பார்க்கலாம்!'' என்று பராக்காகக் கூறினான் செட்டி பிள்ளையப்பன். நண்பன் போய்விட்டான். கொடையாளிக்குச் சற்றே முகம் மலர்ந்தது. நண்பன் தன் துயரத்தைப் போக்க வழி காட்டினான் என்று எண்ணினன். 'புலி வாழும் காட்டுக்குள் போய் அதற்கு இரையாகலாம். கொடுப்பதற்கு ஒன்றும் . இல்லாமல் இந்த உடம்பைச் சுமந்துகொண்டு வாழ்வதைவிட, இதுவே நலம்' என்று அவன் நினைத்தான்.

மறுநாள் தன் வீட்டில் உள்ளவர்களுக்கும் ஊரவர்களுக்கும் அவன் ஒரு செய்தியைச் சொன்னன். "நான் காட்டுக்குள் சென்று புலியைக் குத்திவிட்டு வரப் போகிறேன்" என்றான். ஊரவர் அவனைக் கண்டு வியந்தனர். மனைவியும் பிற சுற்றத்தாரும் முதலில் தடுத்தனர். ஆனால், வீர மரபினராதலால் அவனுடைய மிடுக்கான வார்த்தைகளைக் கேட்டுச் சும்மா இருந்துவிட்டனர். அவன் வேலோடும் வாளோடும் புறப்பட்டான். "துணைக்கு யாரும் வரவேண்டா" என்று சொல்லி விட்டான். அவன் வெற்றியுடன் திரும்பி வரவேண்டுமென்று யாவரும் வாழ்த்தினர்.

செட்டி பிள்ளையப்பன் புறப்பட்டுக் காட்டுக்குச் சென்றான். புலியைக் குத்திக் கொல்லப் போகவில்லை; தன்னையே மாய்த்துக்கொள்ளத்தான் போனன். ஆகையால் சிறிதும் அச்சமின்றிக் காட்டுக்குள் நுழைந்தான். எங்கெங்கோ சுற்றியும் புலி கண்ணில் படவில்லை. பகல் நேரத்தில் புலி வெளியே வராதென்பது அவன் நினைவுக்கு வந்தது. 'காட்டின் நடுவேயுள்ள குன்றில் எங்கேனும் அது ஒளிந்திருக்கும்' என்று எண்ணிக் குன்றை நோக்கிச் சென்றுன். மரங்கள் அடர்ந்து இருண்டிருந்த அந்தப் பகுதியில் புலியின் உறுமலை எதிர்நோக்கிப் போனான். ஆனால், மனித அரவம் கேட்டது அவனுக்கு வியப்பாக இருந்தது. தன் ஊர்க்காரர்கள் புகுவதற்கு அஞ்சும் இந்தக் காட்டில் யார் வந்திருக்கக்கூடும் என்று யோசித்தான். சற்றே மரத்தின் மறைவிலிருந்து உற்றுக் கேட்டான். மனிதக் குரல்தான்; ஐயமே இல்லை.

அவன் கூர்ந்து கவனித்தபோது இரண்டு மூன்று குரல்கள் வேறு வேறாகக் கேட்டன. அவர்கள் யாரேனும் வீரர்களாக இருக்கக்கூடும் என்று எண்ணியபோது, அவர்களைப் பார்க்க வேண்டும் என்ற விருப்பம் தோன்றியது. -

மெல்ல அடி எடுத்து வைத்து அவர்கள் இருந்த இடத்தை அணுகினான். என்ன ஆச்சரியம்! அவர்கள் ஒரு பாறையின்மேல் அணிகலன்களையும் பொற்காசுகளையும் பரப்பி வைத்துப் பேசிக் கொண்டிருந்தார்கள். செட்டி பிள்ளையப்பன் வரும்போது காலின் கீழ்ச் சருகுகள் சலசலத்தன. அந்த ஓசை அங்கே இருந்தவர்கள் காதில் விழவே, அவர்கள் அவனைப் பார்த்தார்கள். நெடிய உருவம், கையில் வேல், வீரஞ் செறிந்த உடலமைப்பு இவற்றுடன் செட்டி பிள்ளையப்பன் காட்சியளித்தான். அவனைக் கண்டவுடனே, அந்த மூவரும் பயந்து கையில் சில பொருள்களை எடுத்துக்கொண்டு ஓட்டம் பிடித்தார்கள்.

அப்போதுதான் அவனுக்கு, அவர்கள் திருடர்கள் என்பது தெரிய வந்தது. பல இடங்களில் திருடிய பொருள்களைக் கொண்டுவந்து அந்த இடத்தில் பங்கிட்டுக் கொண்டிருந்தார்கள். அப்போது அவனுக்கு ஓர் உண்மை புலனாகியது. காட்டில் புலி இருப்பதாக யாவரும் அஞ்ச வேண்டும் என்ற எண்ணத்தால் அவர்களே மாட்டை அடித்துப் போட்டிருக்கலாம் அல்லவா?

அந்தக் காட்டில் புலி இருக்க வாயப்பு இல்லை என்ற முடிவுக்கு வந்தான் செட்டி பிள்ளையப்பன். தன் நினைவு கைகூடவில்லையே என்று வருந்தியிருப்பான் அவன்; ஆனால் அப்படிச் செய்யவில்லை. திருடர்கள். தாம் திருடிய பொன்னையும் பொருளையும் பகுத்துக் கொண்டபோது, எதிர்பாராமல் அவன் வந்ததால் அஞ்சி ஓடிவிட்டார்கள். எல்லாவற்றையும் எடுத்துக் கொண்டு ஓட முடியவில்லை; பெரும் பகுதியை விட்டு விட்டுப் போனர்கள். அவை அங்கேயே கிடந்தன.

செட்டி பிள்ளையப்பன் அவற்றின்மேல் கண்ணை ஓட்டினான். உயிரை விட்டுவிட வந்த இடத்தில் பொன்னும் பொருளும் கிடைப்பதென்றால், இறைவன் திருவருள் என்பதையன்றி வேறு என்ன சொல்வது? அவன், 'புலவருக்கு ஒன்றும் கொடுக்க இயலவில்லையே!' என்று துயருற்றே உயிரை நீக்க வந்தான். எது அவனிடம் இல்லையோ அது இப்போது கிடைத்து விட்டது. இனிமேல் உயிரை விடவேண்டிய அவசியம் இல்லையே!

அவன் தான் வழிபடும் கடவுளை மனமார இறைஞ்சினான். அவன் கண்களில் நீர் துளித்தது. நாம் ஒன்று நினைக்கத் தெய்வம் ஒன்று நினைத்தது என்பது அவன் திறத்தில் நல்ல முறையில் பலித்தது. அந்தப் பொருள்களை யெல்லாம் சேர்த்து எடுத்துக்கொண்டான்; நேரே தன் இல்லம் வந்து சேர்ந்தான்.

ஊர்க்காரர்கள் அவன் வரவை எதிர்பார்த்துக் கொண்டிருந்தார்கள். அவர்களிடம், "புலியைக் காண வில்லை" என்று சொன்னான். புலவன் மறுநாள் வருவான் என்று எதிர்பார்த்து ஆவலோடு காத்துக் கொண்டிருந்தான். அவன் முன்பு செய்த கற்பனை வேறு; 'அவன் வருவான்; தன் மறைவைக் கேட்டுத் துயருற்றுப் போவான்' என்று நினைத்திருந்தான். இப்போது அந்தக் கற்பனை மாறியது.

புலவன் வந்தான். முக மலர்ச்சியுடன் அவனை வரவேற்று உபசரித்தான் செட்டி பிள்ளையப்பன். அவனுக்குப் பொன்னும் பொருளும் வழங்கினன். அப்படி வழங்கியபோது, "நீங்கள் புலமை உடையவர்கள் என்பது மாத்திரம் அன்று; நீங்கள் நல்ல தவமும் செய்திருக்கிறீர்கள். நீங்கள் போன இடம் எல்லாம் நன்மையே விளையும்" என்று சொன்னான்.

புலவன், "உங்களை எதிர்ப்பட்டது என் முன்னைத் தவத்தின் பயன் என்பதை நான் நன்றாக உணர்கிறேன்" என்றான். பாவம்! செட்டி பிள்ளையப்பன் உள்ளத்தூடே என்ன கருத்து ஓடியது என்பதை அவன் எப்படி அறிவான்?

10. புதுத் தாலி

சிவகங்கையில் மருத பாண்டியர் ஆட்சி புரிந்து கொண்டிருந்த காலம். குன்றக்குடிக் குமரனுக்கு அடிமைப்பட்ட அக்குறுநில மன்னர் அத்தலத்தில் பல வகையான திருப்பணிகளைச் செய்தார். அவருடன் இருந்த நண்பர்களும் முருகனிடம் மாறாத அன்பு பூண்டவர்கள். அடிக்கடி மருதபாண்டியர் அவர்களுடன் குன்றக்குடி சென்று முருகப் பெருமானைத் தரிசித்துக் கொண்டு வருவார்.

அவருக்குத் தமிழ்ப் புலவர்களிடத்தில் மிக்க அன்பு உண்டு. சர்க்கரைப் புலவருடைய வம்சத்தில் உதித்த குழந்தைக் கவிராயர் என்பவர் அவருடைய அவைக் களப் புலவராகவும் தோழராகவும் விளங்கினர். குன்றக் குடிக்கு மயூரகிரி என்று ஒரு பெயர் உண்டு. அந்தத் தலத்தைப்பற்றி ஒரு கோவை இயற்றி அரங்கேற்றினார் அக் கவிராயர். மயூரகிரிக் கோவை என்பது அந்த நூலின் பெயர்.

மருத பாண்டியருடைய அவைக் களத்தில் வீரர்களும் புலவர்களும் குழுமியிருப்பார்கள். அடிக்கடி வேற்று நாடுகளிலிருந்து தமிழ்ப் புலவர்கள் வந்து அவரோடு அளவளாவுவார்கள். அப்புலவர்களுடைய கவிச்சிறப்பை அறிந்து பாராட்டிப் பரிசு வழங்குவார் மருத பாண்டியர்.

ஒருநாள் புலவர் ஒருவர் தம் மனைவியுடன் புறப்பட்டுக் குன்றக்குடிக்குச் சென்றார். முருகப் பெருமானைத் தரிசித்து இன்புற்றார். புதிய திருப்பணிகள் பல அங்கே நடந்திருப்பதையும், பின்னும் நடந்துகொண்டிருப்பதையும் கண்டார். எல்லாம் மருத பாண்டியருடைய அறச் செயல்கள் என்பதைக் கேட்டார். இதற்கு

முன்னும் அவருடைய புகழை ஓரளவு கேட்டு உணர்ந்திருந்தாலும், இப்போது அவருடைய இயல்புகளைப் பற்றி நன்றாகத் தெரிந்துகொண்டார். அவர் புலவர்களுக்கு மதிப்பளிப்பவர் என்பதை அறிந்தபோது புலவருக்கு ஒரு விருப்பம் எழுந்தது. 'இவ்வளவு தூரம் வந்துவிட்டோம். இப்படியே சிவகங்கைக்கும் போய் அந்த வள்ளலைப் பார்த்துவிட்டு வரலாம்' என்று எண்ணினர். அந்த ஊருக்குப் போகும் வழியை விசாரித்து வைத்துக்கொண்டார்.

சிவகங்கையிலிருந்து குன்றக்குடிக்கு அடிக்கடி வண்டிகள் வரும். மருத பாண்டியர் சில சமயங்களில் குதிரையில் ஏறி வருவார். அவ்வாறு வரும் வழி ஒன்று இருந்தது.

இவற்றையெல்லாம் அறிந்துகொண்ட புலவர் தம் மனைவியுடன் சிவகங்கையை நோக்கிப் புறப்பட்டார். இடையிலே சில ஊர்களில் தங்கிச் சென்றார். கடைசியில் சிவகங்கைக்கு அருகில் உள்ள ஓர் ஊரை அடைந்தார். அங்கே பகலில் உணவு கொண்டு இளைப்பாறினார். அன்றே சிவகங்கைக்குப் போய்விட வேண்டும் என்னும் ஆவல் அவருக்கு எழுந்தது.மெல்ல நடந்து போய்விடலாம் என்று நினைத்தார். அவர் தனியே இருந்தால் யோசனை செய்யாமல் புறப்பட்டிருப்பார். தம்முடன் தம் மனைவியையும் அழைத்துச் செல்வதனால் சிறிதே தயங்கினார்.

அப்போது நிலாக் காலம். ஒரு கால் சூரியன் மறைந்தாலும் நிலா ஒளியில் வழி கண்டு, போய் விடலாம் என்ற தைரியம் அவருக்கு இருந்தது. 'வழியில் யாரேனும் திருடரால் பயம் உண்டானால் என்ன செய்வது?' என்ற அச்சம் அவர் மனைவிக்கு வந்தது. மருத பாண்டியர் பெருவீரர் என்றும், பொல்லாதவர்கள், அவருக்கு அஞ்சி நடுங்குவார்கள் என்றும் புலவர் கேள்வியுற்றிருந்தார். ஆதலின் அப்படி ஒன்றும் நேராது என்று தம் மனைவிக்குச் சமாதானம் கூறினர். ஒரு வழியாகத் துணிந்து இருவரும் சிவகங்கையை நோக்கிப் புறப்பட்டு விட்டார்கள்.

தொடர்ந்து ஒவ்வொரு நாளும் நடந்து வந்தவர்களாதலின் வேகமாக நடக்க முடியவில்லை. அன்றியும் மெல்லியலாகிய புலவர் மனைவி மெல்லவே நடந்தாள். சற்று விரைவாக நடந்திருந்தால் சூரியன் மலைவாயில் விழுந்த சிறிது நேரத்துக்குள் சிவகங்கையை அடைந்திருக்கலாம். அவர்களால் அப்படிச் செய்ய இயலவில்லை.

முக்காற்பங்கு வழி கடந்தபோது கதிரவன் மறைந்தான். நிலாப் புறப்பட்டது. அவர்கள் நடந்து கொண்டிருந்தார்கள். உடன் யாரேனும் துணையாக வந்திருந்தால் அவர்கள் ஊக்கத்தோடு நடப்பார்கள். முன் பழக்கம் இல்லாத இடத்தில் இரவில் துணையின்றி நடந்தமையின் இருவருக்கும் மனத்துக்குள் அச்சம் உண்டாயிற்று.

அப்போது ஆளரவம் கேட்டது. "முருகா, எங்களுக்குத் துணையாக யாரேனும் வந்தால் நல்லது" என்று புலவர் வேண்டிக்கொண்டார். யாரோ இரண்டு மூன்று பேர்கள் வந்தார்கள். "யார் அது?" என்று கடுமையான குரலில் கேட்டார்கள். அந்தக் குரலே அவர்கள் பொல்லாதவர்கள் என்பதைப் புலப் படுத்தியது.

புலவர் மனைவி அவரோடு ஒட்டிக்கொண்டாள். அவர், "நான் புலவன். மருத பாண்டியரைப் பார்க்கப் போகிறேன்" என்றார்.

"புலவனா? அப்படியானுல் உன்னிடம் பரிசுப் பொருள் இருக்குமே; அவற்றை எடுத்து வை" என்று மிரட்டினார்கள். . "நான் குன்றக்குடியில் முருகனைத் தரிசனம் செய்துகொண்டு வெறுங்கையோடு வருகிறேன். மருத பாண்டியரிடம் போனால் ஏதாவது கிடைக்கும் என்று அவரை நோக்கிப் போகிறேன்."

"இந்தப் பெண்பிள்ளையிடம் ஏதாவது இருக்கிறதா?" என்று திருடர்கள் புலவருடைய மனைவியைச் சுட்டிக்காட்டிக் கேட்டார்கள்.

"இவளிடம் ஒன்றும் இல்லை."

"ஏதாவது நகை இருந்தால் கழற்றி வைக்கச் சொல்."

"நகையா? நாங்கள் ஏழைகள். எங்களிடம் ஏது நகை?"

அதற்குள் ஒருவன், 'மயிலே, மயிலே இறகு போடு என்றால் போடுமா?' என்று கூறிப் புலவரை அடிக்கக் கை ஓங்கினான்.

அதுகண்ட புவவர் மனைவி, "அண்ணே, இவரை ஒன்றும் செய்யாதீர்கள். உண்மையில் எங்களிடம் ஒன்றும் இல்லை. முருகன்மேல் ஆணையாகச் சொல்கிறேன். என்னிடம் இந்தத் தாலி ஒன்றைத் தவிர வேறு ஒன்றும் இல்லை" என்று சொல்லித் தாலிக் கயிற்றை எடுத்துக் காட்டினள்.

அப்போது ஏதோ விலங்கு அருகிலே ஓடியதால் அரவம் கேட்டது. யாரோ வருகிறார் என்ற எண்ணத்தால் திருடர்கள் சட்டென்று அந்தத் தாலிக் கயிற்றை வெடுக்கென்று அறுத்துக்கொண்டு ஓடிவிட்டார்கள்.

"அட பாவிகளா!" என்று கதறிக்கொண்டு அப்படியே உட்கார்ந்துவிட்டாள் அந்தப் பெண்மணி. புலவருக்குச் சிறிது நேரம் ஒன்றும் தோன்றவில்லை. பிறகு மெல்லத் தம் மனைவியைத் தூக்கி நிற்கச் செய்தார்.

"இந்த அக்கிரமம் எங்காவது நடக்குமா?" என்று புலம்பினாள் அவள்; "இந்தக் குன்றக்குடி முருகன் கண் இல்லாமல் போய்விட்டானா?" என்று கூவினாள்.

புலவர் அவளுக்கு ஆறுதல் கூறினார். "நல்ல வேளை, நம்முடைய உயிருக்கு ஆபத்து நேராமல் இருந்ததே; அதுவே ஆண்டவன் திருவருள்தான்" என்று சொல்லித் தேற்றினர். "இந்த நடுவழியில் நின்றுகொண்டு இனி என் செய்வது? திரும்பிப் போகவும் இடம் இல்லை. வந்தது வந்துவிட்டோம். பல்லைக் கடித்துக்கொண்டு சிவகங்கைக்கே போய்விடுவோம்" என்றார்.

அவர்கள் மறுபடியும் நடக்கத் தொடங்கினர்கள். நள்ளிரவில் சிவகங்கையை அடைந்து அங்கே ஒரு வீட்டின் திண்ணையில் தங்கினார்கள். இரவு முழுவதும் தூங்கவே இல்லை. புலவருடைய மனைவி அழுது கொண்டே இருந்தாள்.

விடிந்தது. தன்னுடைய கணவன் அருகில் இருக்கும்போதே தாலியை இழந்த வேதனையைச் சகிக்க முடியாமல் புலவர் மனைவி திண்ணையோரத்தில் ஒன்றிக் கொண்டிருந்தாள். புலவர் மெல்ல அவளை எழுப்பி அங்கே உள்ள சத்திரம் ஒன்றை அடைந்தார். அவளை அங்கே இருக்கச் செய்துவிட்டுப் பாண்டியரைப் பார்த்து வரப் புறப்பட்டார்.

வேறு சமயமாக இருந்தால் அவர் மருத பாண்டியரைப்பற்றிப் பல பாடல்களைப் பாடிக்கொண்டு போயிருப்பார்; ஒரு பிரபந்தமே எழுதிக்கொண்டு போயிருப்பார். இப்போது அவ்வாறு செய்ய அவர் மன நிலை இடம் கொடுக்கவில்லை. இரவில் தமக்கு நேர்ந்த துன்பத்தை நினைத்தபோது அவருக்கு ஆத்திரம் ஆத்திரமாக வந்தது. அந்த அக்கிரமத்தை முறையிட்டுக் கொள்ள வேண்டும் என்ற ஒரே எண்ணந்தான் முந்தியது.

நேரே அரண்மனையை அடைந்தார். நல்ல வேளையாக மருத பாண்டியர் வெளியூருக்குப் போகவில்லை. தாம் புலவரென்றும், மருத பாண்டியரை மிக அவசரமாகப் பார்க்க வேண்டுமென்றும் சொல்லியனுப்பினார். வரலாம் என்ற செய்தி கிடைத்தவுடன் உள்ளே போய் மருத பாண்டியர் முன் நின்றார். அவர், நீங்கள் யார்? எந்த ஊரிலிருந்து வருகிறீர்கள்?' என்று கேட்டார்.

புலவர் பேசவில்லை. அவர் மனத்தில் உருவாக்கி வைத்திருந்த ஒரு பாடலைச் சொன்னர். முதல்நாள் நிகழ்ச்சியைத் தெரிவிக்கும் பாடல் அது.

மருவிருக்கும் கூந்தல் மடவார் கணவன்
அருகிருக்கத் தாலி அறுமா?-இரவினுக்குள்
செங்கோல்செல் லாதா? இத் தேசம் திருடருக்குப்
பங்கா மருதபூ பா,

[மரு-மணம், மடவார்-பெண்கள்.]

இந்தப் பாட்டைப் புலவர் சொல்லும்போது முதலில் ஆத்திரத்தோடுதான் தொடங்கினர். ஆனல் அவர் என்ன அடக்கினாலும் அடங்காமல் அழுகையும் உடன் வந்துவிட்டது.

பாட்டைக் கேட்ட பாண்டியருக்குத் தூக்கி வாரிப் போட்டது. "உட்காருங்கள் புலவரே! என்ன நடந்தது? விளக்கமாகச் சொல்லுங்கள்" என்றார். ஏதோ கற்பனைப் பாட்டு அது என்ற எண்ணம் அவருக்கு உண்டாக வில்லை. புலவரிடம் பீரிட்ட துயரமும் அவருடைய மெய்ப்பாடுகளும் உண்மையை ஊகிப்பதற்கு உதவியாக இருந்தன.

புலவர் அப்படியே தொப்பென்று ஓர் ஆசனத்தில் விழுந்தார். அருகில் நின்றவர்கள் அவரைப் போய்ப் பற்றிக் கொண்டார்கள். மருத பாண்டியரே தம் இருக் கையை விட்டு எழுந்து வந்து புலவரைத் தடவிக் கொடுத்தார். "நீங்கள் வருந்த வேண்டா. என்ன நடந்ததென்று சொல்லுங்கள். உங்கள் குறையை முதலில் தீர்த்துவிட்டு மறு காரியம் பார்க்கிறேன்" என்றார்.

புலவர் மெல்லத் தம் நிலைக்கு வந்தார். இடையிடையே துயரம் தடுத்தாலும் தட்டுத் தடுமாறி நடந்ததைச் சொன்னர். "துரையவர்கள் வீரம் மிக்கவர்கள் என்றும், இந்த நாட்டில் கட்டுக் காவல் அதிகம் என்றும், பொல்லாதவர்கள் வாலாட்ட மாட்டார்கள் என்றும் கேள்விப்பட்டேன். அந்தத் துணிவினால்தான் புறப்பட்டேன். என்னைத் திருடர்கள் அடித்திருந்தாலும் கவலைப்பட மாட்டேன். ஒரு பெண்மணி தன் மங்கலியத்தை இழப்பதென்றால்-"

"புலவரே, நடந்தது நடந்துவிட்டது. அந்தப் பாவச் செயலுக்கு நானும் ஒரு வகையில் பொறுப்பாளி தான். உங்கள் மனைவி எங்கே இருக்கிறாள்? அந்த அம்மாளை உடனே அரண்மனைக்கு அழைத்து வாருங்கள். பிறகு மற்றக் காரியங்களைப் பார்த்துக் கொள்ளலாம்" என்றார் மருதபாண்டியர்.

அதிகாரி ஒருவருடன் வண்டியில் புலவர் தாம் தங்கியிருந்த சத்திரத்துக்குச் சென்றார். தம் மனைவிக்கு ஆறுதல் சொல்லி அழைத்துக்கொண்டு அரண்மனைக்கு வந்தார்.

அதற்குள் அறிவிற் சிறந்த மருத பாண்டியர் அவ்வூரில் இருந்த பொன் வாணிகர் வீடுகளுக்கெல்லாம். ஆட்களை அனுப்பினார். யாரிடத்தில் புதுத் தாலி இருந்தாலும் உடனே வாங்கிவர வேண்டும் என்று கட்டளையிட்டனுப்பினார். ஒன்றுக்கு இரண்டாகத் தாலிகள் வந்தன.

புலவரும் அவர் மனைவியும் நீராடினர்கள். பூ, பழம், புதுப்புடைவை, புதுவேட்டி, திருமங்கலியம் ஆகியவற்றை வைத்து, "புலவரே, என் நாட்டில் நடந்த அக்கிரமத்தைக் கேட்டு நான் அடைந்த வருத்தம் பெரிது. ஆனல் அந்த அக்கிரமத்தினால் ஒரு நன்மை உண்டாயிற்று. இரண்டாம் முறை உம்முடைய திருக்கையால் இந்த மங்கலியத்தைக் கட்டுங்கள். உங்கள் திருமணம் நடந்தது எங்களுக்குத் தெரியாது. இப்போது அந்தக் காட்சியைக் கண்டு களிக்கிறேன்" என்று கூறித் தாம்பாளத்தை நீட்டினார்.

புலவர் மனைவி புதுப்புடைவை அணிந்து புது மங்கலியத்தை அணிந்தாள். புலவரும் புத்தாடை புனைந்து புது மாப்பிள்ளையாக விளங்கினார். அன்று விருந்துணவு உண்டு களித்தனர் இருவரும். புலவர் மனைவிக்கு வேறு அணிகலன்களும் வழங்கினர் சிவகங்கைத் தலைவர்.

சில நாட்கள் புலவரும் அவர் மனைவியும் அரண்மனை விருந்தினர்களாகவே இருந்தார்கள். அதற்குள் மருத பாண்டியர் தக்க ஆட்களின் மூலம் திருடர்களைக் கண்டு பிடித்துத் தண்டித்தார்.

மருத பாண்டியர் புகழைப் பாட்டால் உரைத்தார் புலவர். பிறகு பலவகைப் பரிசில்கள் பெற்று விடை கொண்டார்.

"இனிமேல் நீங்கள் வருவதை ஆள்மூலம் தெரிவியுங்கள். நான் வண்டி அனுப்புகிறேன். வழி நடந்து துன்புற வேண்டா" என்று கூறிப் புன்னகை பூத்தார் பாண்டியர். புதிய அலங்காரங்களோடு உவகையில் மிதந்த தம் மனைவி தம்மைத் தொடர்ந்து வரப் புலவர் புது மாப்பிள்ளையைப் போலப் புறப்பட்டார்.

11. தளவரிசை

"இந்த இடம் மனத்துக்கும் உடம்புக்கும் இன்பம் தருவதாக இருக்கிறது. குற்றால மலையின் அழகைச் சொல்வதா? அங்கிருந்து எப்போதும் சலசலவென்று வீழ்ந்துகொண்டிருக்கும் அருவியைச் சொல்வதா? இங்கே எழுந்தருளியிருக்கும் திருக்குற்றால நாதரின் திருக்கோயில் அழகைச் சொல்வதா? இங்கே வீசும் காற்றுக்கு ஒரு பெருமை; இங்கே ஓடும் தண்ணீருக்கு ஒரு சிறப்பு."

ஒரு பெண்மணி இப்படிப் பேசினாள் அவளுடன் நடந்துகொண்டிருந்த மற்றொரு பெண்மணி, "ஆம், ஆம்" என்று அவள் பேச்சுக்கு ஊக்கம் ஊட்டி வந்தாள்.

"சுற்றிலும் என்ன அழகான சோலை! மனிதனுடைய முயற்சி இல்லாமல் இயற்கையிலே இவ்வளவு அழகை இங்கே இறைவன் கொட்டிக் குவித்திருக்கிறான். அவனுடைய பெருங் கருணையையும் பேராற்றலையும் என்னவென்று சொல்வது! இந்தச் சூழ்நிலையிலே தெய்வத்தன்மை மணக்கிறது; கண்ட கண்கள் குளிர்கின்றன; இந்தக் காற்றுப் பட்டு உடம்பு குளிர்கிறது; அருவியின் ஓசை கேட்டுக் காது குளிர்கிறது; பழமும் மலரும் நாவையும் நாசியையும் இன்புறுத்துகின்றன. எல்லாவற்றுக்கும் மேலாகத் திருக்குற்றால நாதருடைய தரிசனம் உள்ளத்தையே குளிர்விக்கிறது" என்று அந்தப் பெண்மணி பேசிக் கொண்டே சென்றாள்.

சிலுசிலுவென்று சாரல் வீசிக்கொண்டிருந்தது. பன்னீர் தெளிப்பதுபோல இருந்தது அது இறைவன் திருக்கோயிலே வலம் செய்துகொண்டிருந்தார்கள், அந்த இரண்டு பெண்மணிகளும், உள்ளேகோயிலுக்குச் சென்று குற்றால நாதரையும் குழல் வாய்மொழியம்மையையும் வணங்கிவிட்டு இப்போது வெளிப் பிராகாரத்தை வலம் வந்துகொண்டிருந்தார்கள். பேசிக் கொண்டு வந்த பெண்மணி உடம்பு முழுவதும் பொன்னும் மணியும் புனைந்திருந்தாள். வளப்பமான தோற்றம். பார்த்த அளவிலே செல்வம் நிறைந்த குடியைச் சார்ந்த பெண்மணி என்று தெரியும். அவளுடன் வந்த நங்கை சற்றே இளையவள். முகத் தோற்றத்தைப்

பார்த்தால் இருவரும் சகோதரிகள் என்று சொல்ல இயலாது. இவர்கள் யார்?

திருநெல்வேலிச் சீமையில் பழைய காலத்தில் பல பாளையப்பட்டுகள் இருந்தன. இப்போது சொக்கம் பட்டி என்ற பெயரோடு வழங்கும் இடம் முன்பு ஒரு சமீனுக்கு இருப்பிடமாக இருந்தது. வடகரை யாதிக்கம் என்ற பெயரால் அதை வழங்கி வந்தனர். அந்தச் சமீனில் இருந்து ஆட்சி நடத்தியவர்களில் சின்னணைஞ் சாத்தேவர் என்பவர் மிக்க புகழ் பெற்றவர். அவரைப் பாராட்டிப் புலவர்கள் பாடிய பிரபந்தங்கள் பல உண்டு. அந்தக் குடியில் வந்தவர்கள் திருக்குற்றாலநாதர் கோயிலில் பல திருப்பணிகளைச் செய்திருக்கிறார்கள். திருக்குற்றால நாதரிடம் பேரன்பு பூண்டு அடிக்கடி வந்து தரிசனம் செய்து போவார்கள்.

அந்த மரபில் சின்னணைஞ்சாத் தேவருக்கு முன் இருந்த சமீன்தார் ஒருவரின் மனைவியும் அவருடைய தங்கையுமே மேலே சொன்னபடி திருக்கோயிலை வலம் வந்துகொண்டிருந்தார். இருவரும் மனம் கலந்து பழகுகிறவர்களாதலின் மகிழ்ச்சியோடு உரையாடிக் கொண்டே திருக்கோயில் பிராகாரத்தில் வலமாக நடந்துகொண்டிருந்தார்கள்.

சமீன்தாரிணி புரளப் புரள ஆடை உடுத்துக் கொண்டிருந்தாள். சரிகை மினுமினுக்கும் பட்டாடை அவள் உடம்பில் தகதகத்தது. அவளுடைய நாத்தியின் மேனியில் சற்றே மெல்லிய ஆடை வண்ணமும் சித்திர வேலைப்பாடும் உடையதாக விளங்கியது.

அக்காலத்தில் அவர்கள் சென்றுகொண்டிருந்த பிராகாரம் தளவரிசை இல்லாமல் தரையாகவே இருந்தது. சாரல் இடைவிடாமல் வீசியமையால் அது ஈரமாகியிருந்தது. அந்த ஈரத்தில்தான் இரண்டு பெண்மணிகளும் நடந்துகொண்டிருந்தார்கள்.

பேச்சிலே மனம் ஈடுபட்டபடி வலம் வந்த அவர்களில் இளையவள் சமீன்தாரிணியைப் பார்த்து, "என்ன அண்ணி, இது? உன் புடைவையெல்லாம் மண்ணாகி விட்டதே!" என்றாள். தழையத் தழைய உடுத்திருந்த சீலையின் விளிம்பு பிராகாரத்தில் உள்ள மண் பட்டு அழுக்கேறியிருந்தது.

சமீன்தாரிணி தன் சிலையைப் பார்த்தாள்; "ஆமாம்; இவ்வளவு மண் ஆகிவிட்டதே!" என்றாள்.

"நீ உன் நிலைக்கு ஏற்றபடி புடைவையைப் புரளப் விட்டு நடக்கிறாய். எந்த இடத்தில் நடக்கிறோம் என்ற நினைவே உனக்கு இல்லை."

"சரி என்ன பண்ணுவது? சீலை அழுக்காகுமென்று அஞ்சித் திருக்கோயிலை வலம் செய்யாமல் இருக்க முடியுமா? கால் தெரியும்படி சீலையைக் கையால் பிடித்துக்கொண்டு போவதற்கும் நாணமாகஇ ருக்கிறது."

"மீசைக்கும் ஆசை, கூழுக்கும் ஆசையென்றால் முடியுமா? சீலை மண்ணாகாமல் இருக்க வேண்டுமானால் நாகரிகத்தையோ நம் நிலையையோ நாணத்தையோ பார்க்கக்கூடாது. எல்லாருமே உன்னைப்போலப் புரளம் புரளத்தான் சீலை உடுத்துகிறார்களோ?" -

"எல்லாருமே சமீன்தார் மனைவிகள் ஆவார்களா?"

"அப்படியானால் நீ இங்கே நடக்கக்கூடாது "

சமீன்தாரிணி சற்றே உறுத்து அந்த இளம் பெண்ணைப் பார்த்தாள். என்ன பைத்தியக்காரப் பேச்சுப் பேசுகிறாய்? கோயிலுக்கே வரக் கூடாது என்றுகூடச் சொல்வாய் போலிருக்கிறதே! ஆடை அழுக்கானால் துவைத்துக் கொள்ளலாம்; அழுக்கைப் போக்கிவிடலாம். இதை ஒரு பெரிய காரியமாக எண்ணிக்கொண்டு இறைவன் கோயிலை வலம் செய்யாமல் இருப்பதா?" என்றாள்.

"அதெல்லாம் சரிதான்; நாம் நம் ஊருக்குப் போகு மட்டும் இந்த அழுக்காடையைக் கட்டிக்கொண்டு தானே இருக்க வேண்டும்? மாற்றுடை ஒன்றும் கொண்டு வரவில்லையே! சற்றே நம்முடைய உயர்ந்த நிலையை நினைத்து, சீலையில் அழுக்குப்படாமல் காப்பாற்றிக் கொண்டிருக்கலாமே!"

"இந்த எண்ணம் எனக்குத் தோன்றவே இல்லை. எங்கேயாவது இப்படி நடந்திருந்தால்தானே பழக்கம் இருக்கும்? அப்படி

நடந்தாலும் கையால் சீலையைக் கால் தெரியும்படி பற்றிக்கொண்டு நடக்க மனம் துணியாது."

"சரி சரி, நீ சொன்னதையே சொல்லிக்கொண்டிருக்கிருய், ஆடையைத் தழையத் தழைய உடுத்துக் கொள்ளவும் வேண்டும், அழுக்கும் படக்கூடாதென்றால் ஒரு காரியம் செய்தால் நல்லது. இந்த ஒரு சீலைக்காக அப்படியார் செய்வார்கள்?"

சமீன்தாரிணி தன் நாத்தியைப் பார்த்தாள். அவன் கண்ணில் கேள்விக் குறி படர்ந்தது. "ஆம்; அப்படிச் செய்தால் உன் விருப்பப்படி நடக்கலாம்" என்று சற்றே பரிகாசம் தொனிக்கும்படி சொல்லிச் சிரித்தாள் இளம் பெண். அவள் ஏதோ பரிகாசமாகப் பேசுகிறாள் என்பதை உணர்ந்து கொண்டாள் சமீன்தாரிணி.

"நீ என்னவோ குறும்பாகப் பேசுகிறாய். என்ன செய்ய வேண்டுமென்று சொல்லுகிறாய்?"

"ஓர் அரசன் வெயிலில் வெளியே புறப்பட்டான். வெயில் கடுமையாக இருந்தது. அவனுக்குக் கோபம் வந்துவிட்டது. இந்த வானம் முழுதும் மறையும்படி பந்தல் போடச் சொல் என்று உத்தாவிட்டானாம். அப்படி நீ ஓர் உத்தரவிட்டால் உன் சங்கடம் தீரும்."

"உன் உவமை இருக்கட்டும். அந்த அரசனைப் போல முட்டாள்தனமான செயல் ஒன்று நான் செய்ய வேண்டும் என்கிறாய். அது இன்னதென்று சொல் பார்க்கலாம். உன்னுடைய கற்பனை வளத்தை நானும் அறிந்து மகிழ்ச்சி பெறுகிறேன்."

"உனக்கு ஏன் இவ்வளவு கோபம் வருகிறது? நீ நடக்கிற இடமெல்லாம் அழுக்கும் மண்ணும் இராமல் இருக்கவேண்டும் என்று அண்ணனிடம் சொல்லி ஓர் உத்தரவு போட்டுவிடு. அப்போது உன் ஆடை அழுக்காகாமல் இருக்கும். அதாவது, நீ மண்ணிலேயே நட்க்கக் கூடாது. நீ போகும் இடம் முழுவதும் கல்லினால் 'தளம் போட்டுவிட வேண்டும். அப்படியானால் உன் நாகரிகம் கலையாது. ஆடை புரண்டு புரண்டு பள பளக்கும்.

இன்னும் அந்தப் பெண் குறும்புப் பேச்சை விடவில்லை. ஆனால் இப்போது அவளுடைய அண்ணி, ஏதோ யோசனையில் ஆழ்ந்தாள். அவள் முகத்தில் இப்போது கோபக் குறிப்பு இல்லை. எதையோ மிகவும் ஆழ்ந்து சிந்திக்கிறாள் என்று தோன்றியது. முகத்தில் திடீரென்று ஒளிக் கீற்றுப் படர்ந்தது. அவள் கடை வாயில் புன்முறுவல் இழையோடிற்று. சட்டென்று தன் நாத்தியின் முதுகைத் தட்டினாள். "ஆ ஆ! உன் குறும்புப் பேச்சிலும் எனக்கு ஓர் உபதேசம் கிடைத்தது. ஓர் அற்புதமான யோசனையை வெளியிட்டதற்காக நான் உன்னைப் பாராட்ட வேண்டும்."

இதை அவள் உண்மையில் மகிழ்ச்சிக் கொந்தளிப்போடு தான் கூறினாள். 'இவள் என்ன எண்ணி இப்படிப் பாராட்டுகிறாள்?'- இளையவளுக்கு அது விளங்கவில்லை.

"என்ன அண்ணி, சொல்லுகிறாய்? திடீரென்று உன் கோபம் மாறிவிட்டதே!" என்று கேட்டாள் அவள்.

"நீ இன்று முத்து முத்தாகப் பேசினாய். அதன் பயனை இதோ பார்க்கப் போகிறாய்" என்று கூறி வேக்மாக நடை போட்டாள் சமீன்தாரிணி.

"என்ன அண்ணி, என்னை மிரட்டுகிறாயா?"

"அடி பேதைப் பெண்ணே! நீ பேசின பேச்சின் அருமை உனக்கே தெரியவில்லை. நான் நடக்கும் இட மெல்லாம் கல் பாவ வேண்டுமென்று சொன்னாயே; அதைத்தான் சொல்கிறேன்."

"பரிகாசமாக அல்லவா அதைச் சொன்னேன்?"

"அது பரிகாசம் அன்று; உபதேசம். என்னுடன் வா; நடப்பதைக் கவனி. பிறகு எல்லாம் தெரியும்."

வேகமாக இருவரும் நடந்தார்கள். மீட்டும் இறைவன் சந்நிதியை அடைந்தார்கள். சமீன்தாரிணி தன் கையில் வைத்திருந்த சிறிய துண்டை அங்கே விரித்தாள். தன் கை வளையைக் கழற்றி அதில் வைத்தாள். பிறகு காலில் இருந்த அணியைக் கழற்றி வைத்தாள்.

அவள் நாத்திக்கு ஒன்றுமே விளங்கவில்லை; "என்ன அண்ணி இது? ஏன் இப்படிச் செய்கிறாய்?" என்று கேட்டாள். "பேசாமல் இரு; திரிகூடாசலபதியின் திருக்கோயிற் பிராகாரம் முழுவதும் கல்லால் தள வரிசை போட வேண்டும். இந்த யோசனையை அந்தப் பெருமான் உன் வாயிலாக அறிவுறுத்தினன்."

இப்படிச் சொல்லிக்கொண்டு அந்தப் பெண்மணி மூக்குத்தியைக் கழற்றினாள். காதணியை எடுத்து வைத்தாள். திருமங்கலியத்தைத் தவிர மற்ற அணிகலன்கள் அனைத்தையும் கழற்றி வைத்துவிட்டு, கோயிலில் இருந்த தருமகர்த்தரை அழைத்து வரச் சொன்னாள்.

"இதோ பாருங்கள்; இந்த அணிகலன்கள் யாவும் கோயிலுக்கு நான் வழங்கிவிட்டேன்" என்று அவரிடம் சொன்னாள்.

"என்ன இப்படித் திடீரென்று யோசனை வந்தது?" என்று கேட்டார் தருமகர்த்தர்.

"இவ்வளவையும் விற்றுப்பணமாக்குங்கள். இந்தத் திருக்கோயிலின் வெளிப்பிராகாரம் முழுவதும் கல் பாவி விடுங்கள். இந்த அணிகலன்கள் போதவில்லையானால் மேற்கொண்டு பொன்னும் பொருளும் அனுப்புகிறேன்" என்றாள் சமீன்தாரிணி.

"என்ன அண்ணி இது? அண்ணனுக்குத் தெரியாமல் இப்படிச் செய்யலாமா?" என்று நாத்தி கேட்டாள்.

"என் நகைகள் இவை; என் பிறந்தகத்திலிருந்து கிடைத்தவை; ஆதலால் இவற்றைக் கொடுக்க முன் வந்தேன். அன்றியும் உன் தமையனார் இதைக் கேட்டால் மகிழ்வாரேயன்றி வருத்தப்படமாட்டார்".

"இப்போதே இப்படிச் செய்யாமல் ஊருக்குப்போய் அவருடன் கலந்துகொண்டு வேறுவகையில் நீ நினைத்த காரியத்தைச் செய்திருக்கலாமே; இவ்வளவு அவசரம் எதற்கு?"

"அப்படி அன்று. நல்லகாரியம் செய்யும் எண்ணம் எப்போது உண்டாகிறதோ, அப்போதே அதைச் செய்து விட வேண்டும். சற்றே தாமதம் செய்தால் அந்த எண்ணமே மாறிப்போனாலும் போகும்."

"இப்படிச் செய்ய என் பரிகாசப் பேச்சு இடம் கொடுத்ததே என்று நான் வருந்துகிறேன்."

"வருந்துவதா? நீ அந்த புண்ணியத்திற்குக் காரணம் ஆனாய். உனக்கும் இதில் பங்கு உண்டு. நீ என்னவோ பரிகாசமாகத்தான் பேசினாய். ஆனால் அந்தப் பேச்சினூடே இறைவன் திருவருள் இருந்து, இது செய்ய வேண்டுமென்ற எண்ணத்தை எனக்கு. உண்டாக்கியது."

இப்போது அந்த இளம் பெண்ணால் பேச முடிய வில்லை. அவள் உள்ளம் உருகியது. அவளும் தன் கை வளைகளைக் கழற்றினாள்; "அண்ணி, உண்மையில் இந்தப் புண்ணியத்தில் எனக்கும் பங்கு இருக்கட்டும்" என்று முன் இருந்த அணிகலக் குவியலின்மேல் அவற்றை வைத்தாள்.

12. வியத்தற்குரிய கொடை

தொண்டை மண்டலத்தில் ஓர் ஊரில் வல்லாளர் என்ற செல்வர் வாழ்ந்திருந்தார். அவர் வாழ்ந்திருந்த ஊர் இன்னதென்று தெரியவில்லை.

அவர் செல்வத்தைப் பயன்படுத்தும் வகை தெரிந்தவர். வறியவர்களுக்கு அளிக்கும் வண்மை உடையவர்.

ஒரு வகையில் புலவர்களும் வறியவர்களாகவே வாழ்க்கையை நடத்தினர். வறியவர்களுக்குப் பொருள் கிடைப்பதில்லை. புலவர்களுக்கோ கிடைத்தும் கையில் நிற்பதில்லை. இதுதான் வேறுபாடு.

அவ்வப்போது கிடைக்கும் பொருளை உற்றாருக்கும் உறவினருக்கும் வாரி வீசிவிடுவார்கள் புலவர்கள். ஒருவகையில் அவர்கள் துறவிகளாகவும், மற்றாரு வகையில் வள்ளல்களாகவும் இருந்தனர். 'நாளைக்கு வேண்டுமே!' என்ற கவலை இல்லாமல் கையில் உள்ளதை வீசவேண்டுமானால் துறவிகளைப் போன்ற மனப்பான்மை அவர்களிடம் இருக்க வேண்டும். அப்படியே வறியவர்களைக் கண்டால், உள்ளதை இரங்கி ஈயும் பான்மை வள்ளல்களுக்குரியது மாத்திரம் அன்று; புலவர்களிடமும் அந்த இயல்பு இருந்தது. அதனால்தான், புலவர்கள் எப்போதும் வறியவர்களாக வாழ்ந்தனர் போலும்.

தொண்டை நாட்டு வள்ளலாகிய வல்லாளர் தம்முடைய ஆற்றலுக்கு ஏற்ற வகையில் வறியவர்களைப் பாதுகாத்தார்; புலவர்களைப் போற்றினார். எந்தச் சமயத்தில் ஏது இருந்தாலும் புலவர் கேட்டால் கொடுத்து விடுபவர் என்ற புகழை அவர் பெற்றார். அந்த இயல்பைப் புலவர்களே பாராட்டி வியந்தார்கள்.

ஒரு சமயம் தொண்டை நாட்டுப் புலவர் ஒருவர் வேற்று நாட்டுக்குப் போயிருந்தார். அங்கே ஒரு புலவரைச் சந்தித்தார். புலவர்களைப் பற்றியும் புரவலர்களைப் பற்றியும் தங்கள் தங்கள் அநுபவத்தில் உணர்ந்தவற்றைப் பேசிக்கொண்டிருந்தார்கள். அயல் நாட்டுப்

புலவர் தாம் கண்ட ஈகையாளர்களின் பெருமையையும், அவர்கள் ஈகைப் பான்மையை நன்கு எடுத்துக்காட்டும் சில நிகழ்ச்சிகளையும் எடுத்துச் சொன்னார். தொண்டை நாட்டுப் புலவரும் தாம் அறிந்த கொடையாளரைப் பற்றிப் பேசினார். இடையே வல்லாளருடைய இயல்பையும் சொன்னார். "அவரைக் காட்டிலும் மிகுதியான செல்வம் படைத்தவர்கள் பலர் உலகில் இருக்கலாம். தம்பால் வரும் புலவர்களுக்கு விலை உயர்ந்த பொருள்களைக் கொடுத்துப் புகழ் பெறுபவர்கள் பலர் இருக்கிறார்கள் என்பதும் எனக்குத் தெரியும். ஆனால், வல்லாளருடைய இயல்பு தனிச் சிறப்புடையது. அவர் எங்கே இருந்தாலும், எந்த நிலையில் இருந்தாலும், யாரேனும் வந்து இரந்தால், கையில் அப்போதைக்கு எது இருந்தாலும் உடனே கொடுத்துவிடுவார். எங்கேனும் வெயிலில் குடை பிடித்துக்கொண்டு போவார். இடையே புலவனே வறியவனே வந்து கையை நீட்டினால், அந்தக் குடையை அவன் கையில் கொடுத்து விட்டுப் போய்விடுவார்."

"வீட்டுக்கு வாருங்கள், தருகிறேன் என்று சொல்ல மாட்டாரா?"

"அதுவும் சொல்லுவார். ஆனால், கண்ட உடனே இருப்பதைக் கொடுப்பதில் அவருக்குத் திருப்தி அதிகம். வீட்டிற்குப் போவதற்குள் மனம் மாறினால் என் செய்வது என்று எண்ணுவார் போலும்! எத்தனையோ சமயங்களில் நடுவழியில் கண்ட புலவனுக்குக் காதுக்கடுக்கனைக் கழற்றிக் கொடுத்திருக்கிறார், இடுப்பு அரைஞாணை. எடுத்து வழங்கியிருக்கிறர்."

"அப்படியானால் அந்த வள்ளலை அவசியம் பார்த்து அளவளாவ வேண்டும். நீங்கள் என்னை அவரிடம் அழைத்துச் செல்வீர்களா?"

"அதற்கு அவசியமே இல்லை. உங்களிடம் தமிழ் இருக்கிறது. அதுவே உங்களை அழைத்துச் செல்லுமே! நான் வந்து உங்களை அறிமுகப்படுத்த வேண்டும் என்பதில்லையே! அவருடைய இயல்பை உள்ளபடி உணரவேண்டுமானல், நீங்கள் தனியாகச் சென்று அவரைக் காண்பதுதான் நல்லது. நான் அவருக்குத் தெரிந்தவனாகையால், எனக்காக உங்களை வரவேற்றுப் பரிசளித்தார் என்று நீங்கள் ஒருகால் கருதவும் கூடும். அந்தக் கருத்துக்கு இடம் இல்லாமல் நீங்கள் தனியே சென்று பாருங்கள். வீட்டில்

இருக்கும்போதுதான் பார்க்க வேண்டும் என்பதில்லை. எங்கேயாவது வழி மறித்துச் சோதனை போடுங்கள்.''

"நான் என்ன வழிப்பறிக்காரனா?"

"இல்லை, இல்லை; எங்கேனும் சென்று கொண்டிருக்கும்போது அவரைச் சந்தித்துப் பாருங்கள் என்று சொல்லவந்தேன். அப்போது நாள் கூறியவை எவ்வளவு உண்மை என்று தெரியவரும்" என்றார் தொண்டை நாட்டுப் புலவர்.

அயல் நாட்டுப் புலவர் வல்லாளரைச் சென்று காண்பதென்று தீர்மானித்துக்கொண்டார். அவர் இருக்கும் ஊருக்குச் செல்லும் வழியைத் தெளிவாகக் கேட்டுத் தெரிந்துகொண்டார்.

ஒரு நாள் புலவர் தொண்டை நாட்டுக்குப் புறப்பட்டார். அந்த நாட்டுப் புலவர் சொன்னவையெல்லாம். அவரது நினைவுக்கு வந்தன. வல்லாளரை மிகவும். சங்கடமான நிலையில் வைத்துச் சோதனை செய்து பார்த்துவிட வேண்டும் என்ற பைத்தியக்கார எண்ணம் அவருக்குத் தோன்றியது. வள்ளல் வாழும் ஊருக்குச் சென்றார். அவர் தம் வீட்டில் தங்கியிருக்கும்போது பார்க்கக்கூடாது என்பது புலவர் கருத்து. அவர் எங்கேனும் புறப்பட்டுப் போய்க்கொண்டிருக்கும் போது நடுவழியில் மறிக்க வேண்டும் என்று எண்ணியவராதலின், அதற்கு ஏற்ற காலத்தைப் பார்த்துக் கொண்டு, ஒருவர் வீட்டில் தங்கினார்.

ஒரு நாள் வல்லாளர் எங்கோ புறப்படப் போகிறார் என்ற செய்தி புலவருக்குக் கிடைத்தது. காஞ்சியில் இருந்த மன்னன் அந்தச் செல்வரை அழைத்திருந்தான். அரசாங்கத்தில் ஏதேனும் மாறுபாடோ, சிறப்பு நிகழ்ச்சியோ நேருமானல், நாட்டில் உள்ள செல்வர்களையும் அதிகாரிகளையும் அழைத்து யோசிப்பது அந்த மன்னன் இயல்பு. இப்போதும் ஏதோ ஒன்றைப்பற்றி ஆலோசனை செய்வதற்காகவே வல்லாளரை அழைத்தான் மன்னவன்.

அந்தக் காலத்தில் மன்னனிடமிருந்து அழைப்பு வருவதானால் அதைப் பெறற்கரும் சிறப்பாக எண்ணுவார்கள் மக்கள். மன்னவனுக்கு இருந்த பெருமை கிடக்கட்டும்; அவனால் மதிக்கப் பெறும் மனிதர்களுக்கு, அவனை அடிக்கடி பார்த்துப் பழகும்

உரிமை உடையவர்களுக்கு, இருந்த செல்வாக்குக்கே எல்லை இல்லை.

வல்லாளர் அரசனைப் பார்க்கப் புறப்பட்டார். அரசவைக்குச் செல்வோர் நல்ல ஆடை அணிகளை அணிந்து செல்வார்கள். அவ்வாறே அவர் இடையில் சிறந்த துகிலையும், மேலே சரிகைக் கரையிட்ட மேலாடையையும் புனைந்தார். காதில் நல்ல வைரக் கடுக்கன்களை அணிந்துகொண்டார். நல்ல தலைப்பாகையையும் சிறந்த காலணியையும் அணிந்து புறப்பட்டார்.

வல்லாளரின் இயல்பை அறிந்துகொள்ளக் கங்கணம் கட்டிக்கொண்டு வந்திருந்த புலவருக்கு இந்தச் செய்தி தெரிந்தது. சோதனையில் தம் பங்கில் அதிக ஊதியம் இருக்கும் என்று ஊகித்து மகிழ்ந்தார். வல்லாளர் காஞ்சிக்கு எந்த வழியில் போவார் என்று தெரிந்துகொண்டார். அவர் வாழ்ந்த ஊர் காஞ்சிக்கு அருகிலேயே இருந்தமையால், கால்நடையாகவே மன்னனைக் காணப் புறப்பட்டார் அவர்.

இன்னவாறு செய்ய வேண்டும் என்று திட்டமிட்டுக்கொண்டு புலவரும் புறப்பட்டார். வல்லாளர் புறப்படுவதை நிச்சயமாகத் தெரிந்துகொண்டு அவர் புறப்படுவதற்கு முன்பே அவர் போகும் வழியே சென்று இடையே ஓரிடத்தில் வள்ளலின் வருகையை எதிர் பார்த்துக்கொண்டு நின்றார்.

வல்லாளர் அன்று தனியேதான் போனர். அருகில் உள்ள ஊருக்குத் துணை எதற்கு என்று புறப்பட்டுச் சென்றார். வழியில் புலவர் அவரைக் கண்டார்; கும்பிடு போட்டார். "தங்களைக் காண்பதற்காகத்தான் வந்து கொண்டிருக்கிறேன். கும்பிடப்போன தெய்வம் குறுக்கே வந்தது போலத் தாங்கள் காட்சி அளிக்கிறீர்கள். என்னுடைய அவசரத்தில், இங்கேயே தங்களைக் கண்டு என் குறையை நிரப்பிக்கொண்டு போவது நல்லது தான்" என்றார்.

"நீங்கள் யார்? உங்களுக்கு என்ன வேண்டும்?" என்று கேட்டார் வல்லாளர். -

"நான் புலவன். உங்கள் பெருமையைப் பல புலவர்களின் வாயிலாகக் கேட்டிருக்கிறேன். எனக்கு உங்கள் தயை வேண்டும்."

"நான் இப்போது அரசரைப் பார்க்கச் செல்கிறேன். நீங்கள் எங்கள் ஊர் சென்று என் வீட்டில் இருங்கள். தான் நாளைக்கே வந்துவிடுவேன். வந்த பிறகு உங்களோடு அளவளாவி இன்புறுவேன். உங்களுக்கு வேண்டியதை அறிந்து என் ஆற்றலுக்கு இசைந்த வகையில் அந்தக் குறையைப் போக்க முயலுவேன்'' என்று கூறினர் செல்வர்.

"எனக்கு மிகவும் விரைவாகப் போக வேண்டியிருக்கிறது. எப்படியும் நாளை மாலைக்குள் எங்கள் ஊரில் இருந்தால்தான் நான் நினைத்த காரியம் கைகூடும்" என்றார் புலவர்.

"அப்படியானால் நானே உங்களை என் வீட்டுக்கு அழைத்துச் செல்கிறேன்.''

"அதற்கு அவசியமே இல்லை. எனக்கு வேண்டிய பொருள்களை நீங்கள் மனம் வைத்தால் இங்கேயே கொடுக்கலாம். ஆனால், அப்படிச் செய்வதற்கு நீங்கள் துணிய வேண்டுமே!'

"என்னிடம் இப்போது உள்ளதைக் கேட்டால் கொடுத்து விடுகிறேன். என் கையில் இருப்பது சிறு தொகைதானே?"

"எனக்குப் பணம் வேண்டியதில்லை; பண்டம் வேண்டியதில்லை. எங்கள் வீட்டில் திருமணம் நடக்க வேண்டும். என் மகன் மாப்பிள்ளைக் கோலம் புனைய இருக்கிருன். அவனுக்கு ஆடை அணிகள் இல்லை. அவற்றை நாடியே புறப்பட்டேன்.''

"அப்படியா? எங்கள் வீட்டுக்கு வந்தால் வேண்டியவற்றைத் தருகிறேன்.'

"அதற்கு நேரம் இல்லை. நீங்கள் எச்சமயத்தில் எது இருந்தாலும் கேட்பவர்களுக்குக் கொடுத்து விடுவீர்கள் என்று கேள்வியுற்றேன். அது உண்மையால் என் காரியம் இப்போதே நிறைவேற வசதி இருக்கிறது.

"நீங்கள் இன்ன கருத்துடன் பேசுகிறீர்கள் என்பது எனக்கு விளங்கவில்லை. என்னிடம் இருப்பதைக் கொடுக்க இப்போதும்

ஆயத்தமாக இருக்கிறேன். இந்தாருங்கள். இந்தக் குடையை எடுத்துக் கொள்ளுங்கள்" என்று அதை நீட்டினர் வல்லாளர். புலவர் அதை வாங்கிக்கொண்டார். "இந்தப் பாத ரட்சையைக்கூட நீங்கள் உபயோகப்படுத்திக்கொள்ளலாம்" என்று செல்வர் அதைக் கழற்றினர். புலவர் அதையும் பெற்றுக்கொண்டார்.

"மறந்துவிட்டேனே! இந்தக் கடுக்கன்களையும் பெற்றுக்கொள்ளுங்கள்" என்று அந்த வள்ளல் அவற்றையும் கழற்றிக் கொடுத்தார்; 'போதுமா?" என்றார்.

"வெறும் அணிகள் போதுமா? ஆடை வேண்டாமா?' என்றார்? புலவர்.

வள்ளல் சிறிதே யோசித்தார். ஏதோ தீர்மானத்துக்கு வந்தவர்போல் மேலே அணிந்திருந்த ஆடையையும் எடுத்துப் புலவர் கையில் கொடுத்தார். 'இவரை அனுப்பிவிட்டு, நாம் நம் வீடு சென்று மறுபடியும் ஆடையணி புனைந்து காஞ்சிபுரம் போகலாம்' என்று அவர் நினைத்துக்கொண்டார். அதனால், தம் இடையில் இருந்த ஆடை ஒன்றைத் தவிர மற்ற எல்லாவற்றையும் புலவருக்கு வழங்கிவிட்டார். "போதும் அல்லவா?'' என்று அவர் கேட்டார்.

புலவர் தயங்கித் தயங்கி நின்றார். வள்ளல். "இன்னும் என்னிடம் யாதும் இல்லை. இருந்தால் கொடுப்பேன்" என்றார்.

"உங்களிடம் இன்னும் கொடுக்க ஒன்று இருக்கிறதே" என்று அந்தத் துணிவுமிக்க புலவர் கூறினார்.

வல்லாளர் இடுப்பைத் தடவிப் பார்த்துக் கொண்டார். செருகியிருந்த பணத்தை முன்பே கொடுத்துவிட்டார். இப்போது அங்கே ஒன்றும் இல்லை. புலவர் எதைக் குறிக்கிறார் என்று அவரால் அறிந்து கொள்ள முடியவில்லை. "என்னிடம் இப்போது உங்களுக்குக் கொடுக்க என்ன இருக்கிறது?' என்று கேட்டார்.

புலவர் அதை வாயால் கூறவில்லை. கையால் குறிப்பித்தார்; அவர் இடையில் அணிந்திருந்த ஆடையைச் சுட்டிக் காட்டினர். வள்ளலுக்கு வியப்போ கோபமோ உண்டாகவில்லை. புன்முறுவல் பூத்தார். சிறிது யோசித்தார். சுற்றுமுற்றும் பார்த்தார். இடையில்

இருந்த ஆடையையும் அவிழ்த்து அளித்துவிட்டுக் கோவணத்துடன் நின்றார்.

புலவர் எல்லாவற்றையும் பெற்றுக்கொண்டு போய் விட்டார். கோவணத்துடன் நின்ற வள்ளல், வழியில் அவ்வாறு நிற்கக் கூடாது என்று கருதி மறைவிடம் ஏதேனும் இருக்கிறதா என்று பார்த்தார். நல்ல வேளையாக அருகில் ஒரு குளம் இருந்தது. அங்கே விரைந்து சென்றார். குளத்துக்குள் இறங்கி இடுப்பளவு நீரில் நின்று கொண்டார்.

அங்கு இருந்தபடியே தம்மை அறிந்தவர் யாரேனும் அந்த வழியாக வருகிறார்களா என்று பார்த்துக் கொண்டே இருந்தார். புகழ்பெற்ற அவரை அறியாத மக்கள் அந்த வட்டாரத்தில் யார் இருக்கிறார்கள்? அந்த வழியே சென்ற ஒருவர் குளத்தில் நின்றுகொண்டிருந்த வள்ளலைப் பார்த்தார்.

"ஏன் இங்கே நிற்கிறீர்கள்?" என்று கேட்டார்.

"முதலில் உம்முடைய மேலாடையை இப்படி வீசும்' என்றார் வல்லாளர். அவர் அப்படியே செய்ய அதை உடுத்துக்கொண்டு கரையேறினர். அதற்குள் வேறு இருவர் வந்துவிட்டார்கள். அவர்கள் தம் மேலாடைகளை வழங்கினர்கள். "ஏன் இப்படி இருக்க வேண்டும்? யாரேனும் வழிப்பறி செய்தார்களா? என்று கேட்டார்கள் அவர்கள். அவர் ஒருவாறு நிகழ்ந்ததை அறிவித்தார். புலவர்மேல் குற்றம் சாராதவாறு திறமையாகத் தாமே வாக்களித்து அகப்பட்டுக் கொண்டதாகச் சொன்னர். அதைக் கேட்ட யாவரும் வியப்பில் ஆழ்ந்தார்கள்.

விரைவில் வீட்டிலிருந்து ஆடைகளை வருவித்து அணிந்துகொண்டு, வல்லாளர் காஞ்சிக்குப் புறப்பட்டார். அரசனைக் கண்டு உரையாடி யிருந்தார். மறுபடியும் ஊர் வந்து சேர்ந்தார்.

அங்கே அவருக்கு ஓர் அதிசயம் காத்திருந்தது. அவரிடம் கொடை பெற்ற புலவர் அங்கே ஒரு மூட்டையுடன் காத்துக்க்ொண்டிருந்தார். வள்ளல் தம் வீட்டை அடைந்தவுடன் புலவர் தம் கையிலிருந்த மூட்டையை அவர்முன் வைத்து

நெடுஞ்சாண் கிடையாக அவர் காலில் விழுந்து எழுந்தார். அவர் கண்ணில் அருவி பாய்ந்தது. விம்மியபடியே பேசலானார்.

"தங்களைப் போன்ற கொடையாளியை நான் பார்த்ததே இல்லை. தங்கள் பெருமைகளைக் கேட்டறிந்த நான் தங்களைச் சோதிக்க வேண்டும் என்றே திட்டமிட்டு வழி மறித்து இந்தக் காரியத்தைச் செய்தேன். தாங்கள் சோதனையில் வெற்றி பெற்றிர்கள். நான் செய்தது அறியாமையானலும், தங்கள் இணையற்ற வள்ளன்மையை உலகத்துக்கு வெளிப்படுத்த அந்த அறியாமை உதவியது. தாங்கள் வழங்கியவற்றை இதோ அப்படியே கொண்டு வந்திருக்கிறேன். ஏற்றுக்கொண்டு என் பிழையைப் பொறுத்தருள வேண்டும்' என்று கூறி அழுதார் புலவர்.

"புலவரே, நீங்கள் ஏன் இப்படி வருத்தப்பட வேண்டும்? உங்கள் முகமாக இறைவன் இந்தச் சோதனையைச் செய்தான். அவனே எனக்குத் துணை நின்று, என் கொள்கையை நிலை நிறுத்தினன். ஒரு முறை அளித்ததை மீண்டும் பெறுவது தவறு. அப்போது என்னிடம் உள்ளவற்றையே நீங்கள் கேட்டு எனக்குப் பெருமை அளித்ததுபற்றி உங்களிடம் நான் நன்றி பாராட்டக் கடமைப்பட்டிருக்கிறேன்."

புலவரும் வள்ளலும் ஒருவரை ஒருவர் பாராட்டி அளவளாவினர். புலவர் வள்ளலுடைய அன்பைப் பெற்றுச் சிலகாலம் தங்கி அவருடைய புகழைத் தமிழால் அளந்தார். வேறு பரிசில்களும் பெற்று விடை கொண்டு சென்றார்.

13. பாம்புக் குட்டி

சிவகங்கையை ஆண்டு வந்த மருத பாண்டியரைப் பற்றிப் பல அருமையான வரலாறுகள் தமிழ் நாட்டில் வழங்குகின்றன. 18ஆம் நூற்றாண்டின் பிற்பகுதியில் வாழ்ந்த அவர் பெருவீரர்; நல்ல கலைத்திறம் தேரும் இயல்பினர்; பெருவள்ளல். அவரைப் புலவர்கள் பாடிய பாடல்கள் அங்கங்கே வழங்குகின்றன.

அக்காலத்தில் இராமேசுவரம் செல்லும் யாத்திரிகர்கள் பெரும்பாலும் நடந்தே செல்வார்கள். அப்படிச் செல்பவர்கள் தங்கி இளைப்பாறவும், உணவு கொள்ளவும் அங்கங்கே அரசர்களும் அறச் செல்வர்களும் பல சத்திரங்களைக் கட்டிவைத்தனர்; சாலைகளில் மரங்களை நட்டு நிழல் செய்தனர்; இடையிடையே தண்ணீர்ப் பந்தலை அமைத்தனர். மருத பாண்டியரும் இப்படிச் சில சத்திரங்களைக் கட்டிவைத்தார். தாம் நிறுவிய அறங்கள் செவ்வனே நடைபெறுகின்றனவா என்று அவ்வப்போது சென்று, பார்த்து வருவது அவர் வழக்கம்.

இராமேசுவரத்துக்குச் செல்லும் வழியில் கலிய நகர் என்ற ஊர் இருக்கிறது. அங்கே ஒரு சத்திரம் கட்டினால் வழிப் போவோருக்கு நலமாக இருக்கும் என்று சிலர் கூறினர்கள். மருத பாண்டியர் அந்த ஊர் சென்று பார்த்து வந்தார். அங்கே சத்திரம் கட்டுவதனால் பலர் பயன் பெறுவார்கள் என்பதை அவர் உணர்ந்தார். அப்படியே கட்டும்படி கட்டளை பிறப்பித்துவிட்டார். கட்டிட வேலை நடந்துகொண்டிருந்தபோது அடிக்கடி சென்று பார்த்து வந்தார்.

இராமநாதபுரத்தில் அரசவைப் புலவராகச் சர்க்கரைப் புலவர் என்பவர் இருந்து தம்முடைய கவியாற்றலால் பெரும்புகழ் பெற்றுவந்தார். நெட்டி மாலைப் புலவர் பரம்பரையில் வந்தவர் அவர். அவர் ஒரு நாள் மருத பாண்டியரைப் பார்க்க எண்ணினார். அம் மன்னர் கலிய நகருக்கு வந்ததை அறிந்து, அங்கேயே சென்று, அவரைக் கண்டு அளவளாவலாமென்று தீர்மானித்தார். அவரைப் போய்ப் பார்க்க வேண்டுமானால் வெறுங்கையோடு போகலாமா? பழம் முதலிய கையுறைகளை மற்றவர்கள் கொண்டு செல்வார்கள். புலவரும் அவற்றைக் கொண்டு செல்லலாம். ஆனால், பிறர் யாரும்

கொண்டு செல்ல இயலாததை அவர் கொண்டு போவதுதானே சிறப்பு? சர்க்கரைப் புலவர் நாகபந்தம், முரசபந்தம் முதலிய சித்திர கவிகளைப் பாடுவதில் வல்லவர். அவர் அட்டநாக பந்தமாக ஒரு கவியை வரைந்தார். எட்டு நாகங்கள் பின்னிப் பிணையலிட்டதாக அமைந்த சித்திரம் ஒன்றில் கவியை அடைந்திருப்பார்கள். அதுதான் அட்ட நாகபந்தம். அத்தகைய கவிகளில் சில எழுத்துக்கள் பல இடங்களில் பொதுவாக அமைந்திருக்கும்.

காலையில் எழுந்து நீராடிவிட்டு இந்த அட்டநாக பந்தத்தை வரைந்து முடித்தார் புலவர்.அதை ஓரிடத்தில் வைத்துவிட்டுச் சிவபூசை செய்யப்போனார். பூசையை நிறைவேற்றி உணவுகொண்டு மருத பாண்டியரைப் பார்க்கப் புறப்பட்டார். இராமநாதபுரத்து அரசர் அவருக்குச் சிவிகை வழங்கியிருந்தார். அந்தச் சிவிகையில் ஏறி அவர் கலிய நகருக்குச் சென்றார்.

புலவர் வந்ததை அறிந்த மருத பூபர் மிக்க ஆர்வத்தோடு அவரை வரவேற்று இன்மொழி கூறி அமரச் செய்து அளவளாவத் தொடங்கினர். புலவர் தாம் பாடிய அட்டநாகபந்தக் கவியைக் கூறிப் பிறகு அதனை எழுதி வைத்திருந்த ஏட்டையும் மருதபூபரிடம் தந்தார்; அந்தப் பாட்டின் பொருளையும் கூறினார்.

சித்திர கவிகளின் பெருமை சித்திரத்திலே அதனை அடைத்துப் பார்த்தால்தான் தெரியும். ஆகவே பாட்டைக் காதினுல் கேட்டபின்னர், அது சித்திரத்தில் அமைந்திருப்பதைக் கண்ணுல் பார்க்க எண்ணிப் புலவர் கொடுத்த ஏட்டைப் பிரித்துப் பார்த்தார் மருத பாண்டியர்.

அந்த ஏட்டில் சர்க்கரைப் புலவர் கூறிய அட்ட நாகபந்தச் செய்யுள் இருந்தது. அது மட்டுமா? அந்தப் பாட்டை வரைந்த இடத்துக்கு அருகே உள்ள குறுகிய இடத்தில் சிறியதாக வேறு ஓர் அட்டநாக பந்தமும், அதில் செய்யுள் ஒன்றும் இருந்தன. அந்தச் செய்யுளையும் பாண்டியர் படித்தார்.

பின்பு புலவரை நோக்கி, "தாங்கள் முதலில் எழுதிய அட்டநாகங்கள் போதர்வென்று, அவற்றைக் குட்டி போடச் செய்து சிறிய நாகங்கள் எட்டை வேறு அமைத்திருக்கிறீர்களே!' என்று கூறினார்.

புலவருக்கு முதலில் அவர் கூறியது விளங்கவில்லை. "பெரிய அட்டநாகபந்தமும் அதன் அருகே குட்டி அட்ட நாகபந்தமும் இருக்கின்றனவே! நீங்கள் ஒரு பாடலைத் தானே சொன்னீர்கள்?' என்று மறுபடியும் மருத பாண்டியர் கேட்டார்.

அப்போது புலவருக்கு ஒரு வகையாகச் செய்தி தெரிந்தது. "இன்னும் ஒரு பாடல் இருக்கிறதா?'' என்று வியப்போடு கேட்டார்.

"என்ன, அப்படிக் கேட்கிறீர்கள்? அது உங்களுக்குத் தெரியாதா?" என்றார் மருத பாண்டியர்.

புலவருக்கு உண்மை விளங்கிவிட்டது. 'குழந்தையைக் கேட்க வேண்டும்!" என்று கூறினார்.

"குழந்தையா? யார் குழந்தை? தங்கள் குழந்தையா?' என்று கேள்விமேல் கேள்வியை அடுக்கினார் மன்னர்.

சர்க்கரைப் புலவருக்கு ஒரு குமாரன் இருந்தான். அவன் இளம் பருவத்தினன். ஆண்டில் இளையவனாலும் அறிவில் சிறந்தவனாக இருந்தான். இலக்கண இலக்கியங்களைத் தன் தந்தையாரிடம் பாடம் கேட்டு வந்தான். கவிபாடும் ஆற்றல் அவனிடம் இருந்தது. தந்தையாரைப் போலவே சித்திர கவிகளை இயற்றும் திறமையும் அவனிடம் அமைந்தது. அவனையே சர்க்கரைப் புலவர் குழந்தை என்று குறிப்பிட்டார்.

அந்தக் குட்டி நாகபந்தத்தைச் சர்க்கரைப் புலவருடைய குழந்தை எழுதியிருக்கிறான் என்பதைப் பாண்டியர் அறிந்தபோது அவருக்கு வியப்புத் தாங்க வில்லை. அந்தக் குழந்தையை உடனே பார்க்க வேண்டும் என்ற ஆவல் எழுந்தது. "குழந்தையை நான் பார்க்கவேண்டும். அரண்மனைச் சிவிகையை அனுப்பட்டுமா?" என்று கேட்டார்.

புலவர் சற்றே தயங்கினார். அவருக்கு ஒரு பயம். தம் குமாரன் வந்து பாண்டியர் பார்வையில் பட்டால் அவனுடைய இளம் பருவத்தைக் கண்டு, 'இவ்வளவு சிறியவன பாடினன்?' என்று மன்னர் வியப்பார். 'அவர் கண் பட்டுவிட்டால் என்ன செய்வது? அது மிகவும் கொடியது என்று சொல்வார்களே!' இப்படி எண்ணிப் புலவர் தடுமாறினர்.

"சமூகத்தில் அந்தக் குழந்தையிடம் பிறந்த கருணைக்கு நான் எழுமையும் கடமைப்பட்டிருக்கிறேன். அவன் விளையாட்டுப் பிள்ளை; எங்கேயாவது போய் விளையாடிக் கொண்டிருப்பான். நானே அவனைப் பிறகு ஒரு நாள் அழைத்துவருகிறேன்" என்றார் புலவர். "உங்கள் பிள்ளையின் விளையாட்டைத்தான் இதோ நான் பார்க்கிறேனே. உங்களுக்குத் தெரியாமலே நீங்கள் படைத்த நாகங்களைக் குட்டிபோட வைத்து விட்டானே! அவனை உடனே பார்க்கவேண்டும் என்று ஆசைப்படுகிறேன். உங்களுக்குத் தடை ஏதாவது உண்டா?"

"தடையா? சமுகத்தின் கருணைப் பார்வைக்கு அவன் இலக்காவது பெரிய பாக்கியம் அல்லவா? அவன் இத்தகைய இடங்களுக்கெல்லாம் தன் தாயை விட்டுத் தனியே சென்றவனும் அல்ல. சிவிகையைக் கண்டால் அஞ்சுவான்."

"நீங்கள் சொல்வது வேடிக்கையாக இருக்கிறது. நீங்கள் சிவிகையேறும் கவி மன்னர் ஆயிற்றே! அவன் சிவிகையைப் பாராதவனா?"

"அதைச் சொல்லவில்லை. சமூகம் அனுப்பும் சிவிகைக்காரர்கள் இவ்விடத்துக்கு ஏற்ற மிடுக்குடன் இருப்பார்கள். அவர்களைக் கண்டால் அஞ்சி வர மாட்டேன் என்று சொல்லி அழுதாலும் அழலாம். குழந்தைதானே? மன்னருடைய அழைப்பின் அருமையை அவன் எங்கே உணரப் போகிறான்? ஆகையால் நானே அவனுக்கு எப்படிச் சொல்ல வேண்டுமோ அப்படிச் சொல்லி ஒரு நல்ல நாளில் அவனை இங்கே அழைத்து வருகிறேன்."

"இன்றே நல்ல நாள்தான். இந்த அருமையான பாடலைப் பாடும் ஆற்றலுடைய உங்கள் குழந்தை பயப்படுபவன் என்று நான் நினைக்கவில்லை. அவன் இப்போது இங்கே வருவதில் உங்களுக்கு விருப்பம் இல்லைபோல் இருக்கிறது!"

புலவருக்குத் தம் எண்ணத்தைக் கூறத் தைரியம் இல்லை. என்ன சொல்வதென்று தெரியாமல், விழித்தார்.

அவர் சும்மா இருப்பதைக் கண்ட அரசர் அதனை அவர் சம்மதமாகவே எண்ணிச் சிவிகையோடு அரண்மனையைச் சேர்ந்த ஒருவரையும் அந்தக் குழந்தையை அழைத்து வரச் சொல்லி அனுப்பினார்.

"கடவுளே! நீதான் அந்தக் குழந்தைக்குக் கண்ணேறு வராமல் காப்பாற்ற வேண்டும்'' என்று மனத்துக்குள் வேண்டிக்கொண்டு அமர்ந்திருந்தார் சர்க்கரைப் புலவர்.

சர்க்கரைப் புலவர் சிறுகம்பையூர் என்னும் இடத்தில் வாழ்ந்து வந்தார். கலிய நகருக்கும் அதற்கும் ஐந்தாறு கல் இருக்கும். இவ்வளவு அண்மையில் வந்திருக்கிறாரே, பார்க்கலாமே என்ற எண்ணத்தால் தான் மருத பாண்டியரைப் பார்க்கப் புலவர் வந்தார். அவரை அறியாமல் குட்டிபோட்ட நாகபந்தம் அவருக்கு அச்சம் உண்டாகக் காரணமாயிற்று.

சிறிது நேரத்தில் பாண்டியர் அனுப்பியிருந்த பல்லக்கில் குழந்தை வந்து சேர்ந்தான். மன்னரிடமிருந்து பல்லக்கு வந்திருப்பதை அறிந்த அந்த இளங் கவிஞனுடைய தாய் அவன் தலையை வாரி நல்ல ஆடையணி அணிந்து வரவிடுத்தாள்.

குழந்தை பல்லக்கிலிருந்து இறங்கினான். மருத பாண்டியர் அவனைப் பார்த்தார். உண்மையில் அவுன் குழந்தைப் பருவம் தாண்டாதவனாகவே இருப்பதை உணர்ந்து அவர் வியப்பே வடிவமானார். ஒடிச் சென்று அவனைக் கட்டி அணைத்தார்.

"இந்த ஏட்டில் குட்டி நாகபந்தத்தை வரைந்தவர் யார்?" என்று மருத பூபதி கேட்டார்.

குழந்தை சற்றும் தயங்கவில்லை. "நான்தான்!'' என்று மிடுக்குடன் சொல்லி அருகில் நின்ற தன் தந்தையைப் பார்த்தான். அவருக்கு முன்பு இருந்தஅச்சம் இப்போது இல்லை; பெருமை உணர்ச்சியே உண்டாயிற்று.

அரசர் குழந்தையைத் தம் அருகில் அமரச் செய்து அந்தப் பாட்டைச் சொல்லச் சொன்னர். அவன் கணீரென்று தான் எழுதிய பாடலைச்

சொன்னான். அதைக் கேட்ட மருத பாண்டியருக்கு உவகை பொறுக்க வில்லை. தந்தையாருக்கோ ஆனந்தக் கண்ணீர் துளித்தது.

"புலவரே!" என்று அழைத்தார் மருத பாண்டியர். சர்க்கரைப் புலவர் பாண்டியரைப் பார்த்தார்.

"இந்தக் குழந்தை இனி இந்த அரண்மனைக் குழந்தை. என் அருகிலேயே இவன் இருக்கட்டும்" என்றார் மன்னர்.

புலவர் மனம் ஒரு பக்கம் உவகையும் ஒரு பக்கம் வருத்தமும் அடைந்தது.

"இங்கேயே இருப்பதென்றால் தாய் தந்தையரைப் பாராமல் இருந்து விடுவதன்று; வேண்டும் போதெல்லாம் உங்கள் ஊர் வந்து பார்த்துவிட்டு வருவான். ஆனல் அங்கே தங்கமாட்டான்."

புலவருக்கு வார்த்தை எதுவும் வரவில்லை

நீங்கள் எப்போது இவனைப் பார்க்கவேண்டும் என்று விரும்புகிறீர்களோ அப்போது இவனைச் சிவிகையில் அனுப்புகிறேன். நீங்களும் உங்கள் மனைவியும் அடிக்கடி அரண்மனைக்கு வந்து சில நாட்கள் தங்கி விட்டும் செல்லலாம்."

"மன்னருடைய பேரன்புக்கு நான் என்ன கைம்மாறு செய்யப்போகிறேன்! இவனுக்குக் கிடைத்த பாக்கியத்தை மிகப் பெரியதாக நான் கருதுகிறேன். ஆனால்-"

ஆனால் என்று ஏதோ தடை சொல்ல வருகிறீர்களே! இவனை நான் நன்றாகக் காப்பாற்ற மாட்டேன் என்ற ஐயம் உங்களுக்கு உண்டாகிறதோ?"

"அப்படி நான் சொல்வேனா? எங்கள் வீட்டில் கிடைப்பதைவிட ஆயிரம் மடங்கு நன்மை இங்கே கிடைக்கும் என்பதை நான் அறியமாட்டேனா? இவன் கவி பாடப் பழகியிருக்கிறான். இன்னும் இலக்கண இலக்கியங்களில் போதிய ஆழம் வேண்டும். இப்போது தான் பாடம் கேட்டு வருகிறான். ஒருவாறு சொல்ல வேண்டிய

பாடங்களைச் சொல்லிய பிறகு இவனை அழைத்து வந்து இவ்விடத்தில் அடைக்கலமாய் விட்டு விடுகிறேன்."

"இவன் தங்களிடம் பாடம் கேட்க வேண்டுவது மிகவும் இன்றியமையாததே. அந்தக் காரணத்தைக் கொண்டு நீங்களே அடிக்கடி இங்கே வந்து பாடம் சொல்லிக் கொடுங்கள். உங்களோடு உரையாடும் இன்பமும் எனக்குக் கிடைக்கும். அதுமட்டும் அன்று. இங்கே எவ்வளவோ புலவர்கள் வருகிறார்கள். ஒவ்வொரு நூலில் ஆழ்ந்த புலமையுள்ளவராகப் பலர் வருவர். அவர்களைக் கொண்டு சில நூல்களை இவனுக்குக் கற்பிக்கச் செய்வேன்."

மருத பாண்டியருக்குக் குழந்தையிடத்தில் உண்டான அன்பு உரம் பெற்றது என்பதைப் புலவர் அறிந்தார். அரசரிடம் எவ்வளவு நேரம் வாதாட முடியும்? கடைசியில் புலவர் தம் மகன் அரண்மனையிலே வளர்ந்து வருவதற்கு இசைந்தார்.

அன்றுமுதல் சர்க்கரைப் புலவருடைய குமாரர் மருத பாண்டியருடைய வளர்ப்புப் பிள்ளையாக வளர்ந்தார். அவருக்குச் சாந்துப் புலவர் என்பது இயற் பெயராக இருந்தாலும் யாவரும் அவரை அன்போடு 'குழந்தை' என்றே அழைக்கலாயினர். பிறகு, குழந்தைக் கவிராயர் என்று வழங்கலாயினர். சிலர் 'பால கவீசுரர்' என்று பின்னும் மதிப்பாகக் கூறினர்.

மருத பாண்டியருடைய அவைக்களப் பெரும் புலவராக விளங்கினார் குழந்தைக் கவிராயர். அவர் குன்றக்குடியில் எழுந்தருளியிருக்கும் முருகக் கடவுள் மீது ஒரு கோவையைப் பாடி அரங்கேற்றினார். அப்போது மருத பாண்டியர் அவருக்குப் பல வகையான பரிசுகளை அளித்துப் புலவர் மருதன்குடி என்ற கிராமத்தையும் முற்றூட்டாக வழங்கினார்.

தம்மை வளர்த்துப் பாதுகாத்த மருத பாண்டியரைச் சாந்துப் புலவராகிய குழந்தைக் கவிராயர் அந்தக் கோவையில் பலபடியாகப் பாராட்டியிருக்கிறார்.

குட்டி நாகபந்தத்தால் தம் புலமையை இளமையில் காட்டிய குழந்தைக் கவிராயர் மருத பாண்டியருக்குத் தோழராகி வாழ்ந்தார்.

அவர் செய்த போரில் துணை நின்று வாளெடுத்துப் போர் செய்தாரென்றும் கூறுவர்.

14. அன்புப் பார்வை

'சோழ மன்னன் சிங்காதனத்தில் வீற்றிருந்தான். அருகில் அமைச்சர் அமர்ந்திருந்தனர். கலைவலாளரும் புலவரும் தமக்குரிய இருக்கையில் இருந்தனர். நாட்டு வளப்பத்தைப் பற்றியும் கலைச் சிறப்பைப் பற்றியும் மன்னன் உரையாட, மந்திரிமாரும் தகுதியறிந்து பேசினர். பேச்சு மெல்ல மெல்ல வேளாளரைப் பற்றிப் படர்ந்தது.

"இந்த நாட்டின் நெல் வளத்தை உலகம் முழுவதுமே கொண்டாடுகிறது. சோணாடு சோறுடைத்து என்ற பழமொழியே இதற்கு அடையாளமாகும். இந்த நாட்டில் உள்ள வேளாளர்களின் செல்வச் சிறப்புக்கு ஈடாக வேறு எதையும் சொல்ல இயலாது. நம்முடைய களஞ்சியத்தில் செல்வம் குறையினும் வேளாளர் செல்வம் என்றும் குன்றாது" என்று மன்னன் பெருமிதத்தோடு பேசினான்.

"பரம்பரை பரம்பரையாக வேளாளர் கொடுக்க, முடியை வாங்கிச் சூட்டிக்கொள்ளும் வழக்கம் சோழ குலத்துக்கு உரியது. நாட்டின் பெருமையும், வளப்பமும் அவர்களால் அதிகமாகின்றன என்பதைத் திருவள்ளுவர் முதலிய புலவர்கள் அருமையாகச் சொல்லியிருக்கிறார்களே!" என்றார் ஓர் அமைச்சர்.

"இப்போதும் பிற நாட்டிலிருந்து வருவாருக்கும், இந்நாட்டுப் புலவருக்கும் அளவின்றி வாரி வழங்கும் வேளாண் செல்வர். பலர் இருக்கிறார்கள். நம் சடையப்ப முதலியாரைப் போன்ற செல்வரையும் வள்ளலையும் வேறு எந்த நாட்டிலே பார்க்க முடியும்?"

"சடையப்ப வள்ளல் நல்ல கலையுணர்ச்சி உள்ளவர். தமிழுக்கு அடிமையாகி விடுபவர். கலைத் திறமை உள்ளவர்களைக் கண்டால் அன்னையினும் அன்பு வைத்துப் பாதுகாப்பவர். ஒரு மாதத்துக்கு முன் அவருடைய கலையுணர்வையும் செல்வப் பெருமையையும் தெரிவிக்கும் செய்தி ஒன்று நிகழ்ந்தது. அது மன்னர்பிரான் திருச் செவியை எட்டியிருக்கக் கூடும்" என்றார் வேளாளராகிய அமைச்சர் ஒருவர்.

"என்ன அது?" என்று ஆர்வத்தோடு வினவினான் வேந்தன்.

"வடநாட்டிலிருந்து அருமையான துகில் ஒன்று கொணர்ந்தான், ஒரு வணிகன். அது மிக மெல்லியதாய் அருமையான பூவேலைப்பாடு உடையதாய் இருந்தது. சரிகையால் கரையிருந்தால் உறுத்து மென்று, பட்டாலே பூத்தொழில் செய்திருந்தான். பல காலம் முயன்று நெய்த அதைத் தக்க விலைக்கு விற்க வேண்டுமென்று எண்ணின அவன், தமிழ் நாட்டில் விலைபோகும் என்று வந்தானாம்."

அரசன் இடை மறித்து, "அவன் நம்மிடம் வர வில்லையே!" என்றான்.

"சடையப்ப வள்ளலைப் பற்றிக் கேள்வியுறாவிட்டால், ஒருகால் இங்கே வந்திருக்கக் கூடும். ஆனால் அவன் அப் பெரியாரிடம் சென்றதனால் சோழநாட்டின் பெருமை எங்கும் பரவ இடம் உண்டாயிற்று" என்றார் அமைச்சர்.

"நீங்கள் சொல்வது விளங்க வில்லையே!" என்று கேட்டான் சோழ மன்னன்.

"இந்த ஆடையை விலை கொடுத்து வாங்குவார் உலகத்திலே சிலர்தாம் இருக்கக்கூடும். பல நாடுகளில் திரிந்து ஒருவரையும் காணாமல் இங்கே வந்தேன். இதை நெய்ய மேற்கொண்ட உழைப்புக்கு மேலே விற்பதற்காகத் திரியும் சிரமம் அதிகம்' என்று கூறிக்கொண்டு வந்த அந்த வணிகனைச் சடையப்பரிடம் சிலர் அழைத்துச் சென்றார்களாம். அவர் அந்தத் துகிலைப் பார்த்ததும் அதன் வேலைப்பாட்டை உணர்ந்து கொண்டார். அந்தக் கலைஞனைப் புகழ்ந்தார். அவன் கேட்பதற்கு மேற்பட்டே பொன் தந்தாராம்."

'இப்போது அந்தக் கலைஞன் எங்கே?'

"ருசி கண்ட பூனை உறியை எட்டி எட்டித் தாவும் என்பதுபோல இன்னும் சிரமப்பட்டு இத்தகைய ஆடைகளை நெய்து, தமிழ் நாட்டில் விலைப்படுத்தலாம் என்று எண்ணிப் போயிருப்பான்."

"சோழ நாட்டின் பெருமையை அவன் மற்ற நாட்டில் போய்ச் சொல்லுவான் என்றது இதனால்தானா?''

"அதுமட்டும் அன்று; சோழ நாட்டில் உள்ள ஒரு குடிமகனாரே இதற்கு விலை கொடுத்தாரென்றால், அத்தகைய பலர் வாழும் சோழ நாட்டுக்கு அரசராக வீற்றிருப்பவர் எத்தனை செல்வராக இருப்பாரென்று அவன் வியப்புற்றானாம்.''

அரசன் புன்னகை பூத்தான். பிறகு, "அந்தத் துகிலை நாமும் பார்க்க விரும்புகிறோம். சடையப்ப முதலியாரை வருவித்து அளவளாவும் ஒரு சந்தர்ப்பமும் கிடைக்கும்" என்றான் அரசன் குறிப்பை அறிந்த அமைச்சர் சடையப்ப வள்ளலுக்கு அழைப்பு விடுத்தனர். அப்போது அவர் துடையில் ஒரு சிலந்தி உண்டாகி, அதனால் எங்கும் செல்ல முடியாமல் இருந்தார்.

இந்தச் செய்தியைக் கேட்ட சோழ மன்னனுக்கு அந்த துண்துகிலைப் பார்க்கும் ஆர்வமும், முதலியார் விரைவிலே குணமடைய வேண்டும் என்ற விருப்பமும் அதிகம் ஆயின. முதலியாருடைய சிலந்தி ஓரளவு குணமாயிற்று. அரசன் அழைத்தபோதே செல்லவேண்டும் என்ற மனவேகம் அவருக்கு இருந்தது. ஆனால் உடல் நிலை இடம் கொடுக்கவில்லை. மெல்ல மெல்ல நடக்கலாம் என்ற தைரியம் வந்தவுடன், அரசவைக்கு வருவதாகச் சொல்லி அனுப்பினார். அரசனும் பிறரும் அவர் வருகையை ஆவலோடு எதிர்பார்த்திருந்தனர்.

வழக்கப்படி தக்க கையுறைகளோடு சடையப்ப வள்ளலார் அரசனது அவைக்களத்தில் புகுந்தார். அரசன் அன்பு ததும்ப, "வாருங்கள், வாருங்கள்.உடம்பு எப்படி இருக்கிறது? இங்கே அமருங்கள்" என்று உபசரித்தான். வள்ளல் மன்னனுக்கு அருகே ஓர் ஆசனத்தில் அமர்ந்தார். அவர் உடம்பு முழுவதையும் பார்த்தான் அரசன். பின்பு அவர் உடுத்திருந்த துகிலைப் பார்த்தான். பெரு விலை கொடுத்து வாங்கிய அற்புதமான ஆடைதான் அது. மிக மிக மெல்லியதாக இருந்தது. உடம்பு தெரியும்படி இருந்தாலும், சில சில இடங்களில் பூ வேலை செய்து கவசம் இட்டாற்போல அமைந்திருந்தது. அதையே உற்றுக் கவனித்துக் கொண்டிருந்த மன்னனிடம், "அவ்வளவு

கூர்மையாக மன்னர் பிரான் எளியேனைப் பார்ப்பது என்னைக் கூசக் செய்கிறது" என்றார் வள்ளல்.

இந்த ஆடையின் வரலாற்றைக் கேட்டோம். சிலந்தி வலை பின்னியது போல் இருக்கும் இது உண்மையிலேயே சிறந்த துகில்தான். உங்கள் துடையில் சிலந்தி வந்ததாமே; சிலந்தியிருந்த இடத்தில் சிலந்தி நூல் போன்ற இது இருப்பது பொருத்தமாக இருக்கிறது. நல்ல வேளை! சிலந்தி போய்விட்டதல்லவா?''

அமைச்சர்கள் அரசனது சாதுரியத்தை அறிந்து மனத்துள் வியந்தனர்.

"சிலந்தியின் தொல்லை இன்னும் சிறிது இருக்கிறது" என்றார் முதலியார்.

"அடடா! அப்படியானால் ஏன் அவசரப்பட்டு இங்கே வரவேண்டும்? உங்கள் மேனிக்குத் துன்பம் உண்டாக்கும் அந்தச் சிலந்தியைப் பார்க்க வேண்டுமென்று தோன்றுகிறது. ஆனால் துடையில் அல்லவா இருக்கிறது?"

''என் தாய் கூறுவது போலல்லவா அரசர் பெருமான் அன்புரை இருக்கிறது? இத்தனை உள்ளன்புடையார் விருப்பத்தை நிறைவேற்றுவது என் கடமை.''

அமைச்சர்களுக்கு ஒன்றும் விளங்கவில்லை. திடுக்கிட்டார்கள்.

"மன்னர் பிரானுடைய பார்வை பட்டால் கொஞ்ச நஞ்சம் இருக்கும் புண்ணும் ஆறிப்போகும்'' என்றார் முதலியார்.

மன்னனுக்கே, ஏன் இப்படிச் சொன்னோம் என்ற சங்கடம் உண்டாகிவிட்டது.

"அரசர்பிரான் திருவுள்ளப்படியே அந்தப் புண்ணைக் கண்ணால் குளிர்ந்து பார்த்துப் போகட்டும்.''

இவ்வாறு சொன்ன முதலியார் உடனே துடை யில் சிலந்தி இருந்த பக்கத்தைச் சிறிதளவு கிழித்தார். இரண்டு கைகளாலும் துகிலைப் பற்றி அந்தத் துவாரத்தின் வழியே, ஆறிவரும் புண் தெரியும்படிச்

செய்தார். மன்னனுக்குத் தூக்கி வாரிப்போட்டது. புண்ணைக் கண்டல்ல. அத்தனை பொன் கொடுத்து வாங்கிய ஆடையை, மிகவும் அலட்சியமாகக் கிழித்துவிட்டதைக் கண்டு திடுக்கிட்டான். அமைச்சரும் பிறரும் ஒரே ஆச்சரியத்தில் மூழ்கினர்.

"என்ன, இதைக் கிழித்துவிட்டீர்களே' என்றான் அரசன்.

"ஏன், மன்னர்பிரானுடைய தாயன்பு தழுவிய பார்வைக்கு இது எம்மாத்திரம்?"

"இவ்வளவு அருமையான வேலைப்பாடுடைய இது வீணாயிற்றே!" என்று இரங்கினான் சோழ வேந்தன்.

"இதைப்போல் ஆயிரம் வாங்கலாம்; மன்னர் பிரானுடைய அன்பை வாங்க முடியுமா?" என்றார் முதலியார்.

கட்டுரைப் பயிற்சி

1. வெள்ளக்குடி நாகனார் எவ்வாறு குடிமக்களுக்கு நலம் செய்தார். என்பதை விளக்கி எழுதுக.

2. பாண்டியன் நெடுஞ்செழியனுக்குக் குடபுலவியனார் எவ்வாறு தம் கருத்தை அறிவுறுத்தினார் என்பதைப் புலப்படுத்தி ஒரு கட்டுரை வரைக.

3. பாணன் செய்த குற்றத்துக்கு வன்பரணர் என்ன காரணங் கூறினார்? அவ்வாறு கூறுவதற்குக் காரணமான நிகழ்ச்சியைத் தெளிவுபடுத்துக.

4. கோவூர் கிழார் காரியின் குழந்தைகளை மீட்ட வரலாற்றைச் சுருக்கி எழுதுக.

5. மருத்தன், திருத்தங்கி-இருவருடைய இயல்பையும் ஔவையார் எவ்வாறு வெளிப்படுத்தினர்? விரித்து எழுதுக'

6. அமுத கவிராயரின் மனைவி பாடிய பாட்டுக்குக் நிலைக் களமான நிகழ்ச்சியை எழுதுக.

7. பகதூர் தொண்டைமானுக்கு அந்தப் பேர் வந்ததற்குக் காரணமான வரலாற்றை எழுதுக.

8. வாணராயர் வருத்தமடைய நேர்ந்த காரணத்தையும், புலவர்களுக்கு கலம் செய்ய அவர் செய்த செயலையும் விளக்குக.

9 புலியை நாடிய வள்ளலின் வரலாறு யாது?

10. புதுத்தாலி பெற்ற நங்கை யார்? புதுத்தாலி புனைந்த கதை என்ன?

11. வியத்தற்குரிய கொடை என்றது எதனை? விளக்குக.

12. குழந்தைக் கவிராயரின் சிறப்பைப் பற்றி எழுதுக.

Milton Keynes UK
Ingram Content Group UK Ltd.
UKHW050437280324
440101UK00016B/1146

9 798881 293772